AF758765

ഗ്രീൻ ബുക്സ്

**മലയാളത്തിന്റെ പ്രിയകവിതകൾ**

**കെ.വി. രാമകൃഷ്ണൻ**

1935ൽ ജനനം. അമ്മ: കെവി പാർവതി വാരസ്യാർ.
അച്ഛൻ: എം രാഘവവാരിയർ.
വിദ്യാഭ്യാസം: ബി.എ. (മലയാളം), എം.എ. (ഇംഗ്ലീഷ്).
1966-67ൽ കോതമംഗലം മാർ അത്തനേഷ്യസ് കോളേജ്, ശ്രീശങ്കരാ കോളേജ്, ഗുരുവായൂർ ശ്രീകൃഷ്ണാ കോളേജ് എന്നിവിടങ്ങളിൽ അദ്ധ്യാപകനായി. ശ്രീകൃഷ്ണാ കോളേജിൽ ഇംഗ്ലീഷ് പ്രൊഫസറായിരിക്കെ, സ്വമേധയാ വിരമിച്ച് മാതൃഭൂമി ആഴ്ചപ്പതിപ്പിന്റെ അസിസ്റ്റന്റ് എഡിറ്ററായി. കോട്ടയ്ക്കൽ ആര്യവൈദ്യശാലയിൽ പബ്ലിക്കേഷൻ മാനേജർ, എൻ.വി. കൃഷ്ണവാരിയർ സ്മാരക ട്രസ്റ്റിന്റെ ജനറൽ സെക്രട്ടറി. ട്രസ്റ്റിന്റെ മുഖപത്രമായ 'കവനകൗമുദി'യുടെ പത്രാധിപർ, ഇടശ്ശേരി സ്മാരക സമിതിയുടെ പ്രസിഡണ്ട്. 2018, 2019 വർഷങ്ങളിൽ കേരള സാഹിത്യ അക്കാദമിയുടെ Malayalam Literary Surveyയുടെ ഓണററി എക്സിക്യൂട്ടീവ് എഡിറ്റർ.
ഇ-മെയിൽ: kv_ramakrishnan@yahoo.com

മലയാളത്തിന്റെ

# പ്രിയകവിതകൾ

കെ.വി. രാമകൃഷ്ണൻ

ഗ്രീൻബുക്സ്

green books private limited
gb building, civil lane road, ayyanthole,
thrissur- 680 003, kerala, ph: +91 487-2381066, 2381039
website: www.greenbooksindia.com
e-mail: info@greenbooksindia.com

branches:
thrissur 8589095302
thiruvananthapuram 8589095301
calicut 8589095307

*malayalam*
**malayalathinte priyakavithakal**
*poem*
by
k.v. ramakrishnan

published january 2025


printed in india
repro india ltd

isbn : 978-81-974109-7-0

---



GBPL/1408/2025

## മുഖക്കുറി

കവിതയിലും കാവ്യദർശനത്തിലും കാലഘട്ടത്തിന്റെ പൊള്ളത്തരങ്ങളും കള്ളത്തരങ്ങളും കാഠിന്യങ്ങളും ക്രൂരതകളും ആവിഷ്കരിച്ച കവിയാണ് കെ.വി. രാമകൃഷ്ണൻ. ഒപ്പം അവയെക്കുറിച്ചുള്ള ഭീതിയും വിഷാദവും മൂല്യച്യുതിക്കുനേരെയുള്ള ധർമ്മരോഷവും. ജീവിതത്തെ ഏറ്റവും വലിയ ലഹരിയായി അനുഭവിക്കുന്ന കവി ആശ്രയം തേടുന്നത് ഗ്രാമജീവിതത്തിന്റെ നിഷ്കളങ്കതയിലാണ്. ധന്യവും സംശുദ്ധവുമായ ആ കാവ്യജീവിതത്തിലെ ഭാവസംപുഷ്ടമായ രചനകളാണ് കവി തന്നെ തിരഞ്ഞെടുത്ത ഈ പ്രിയ കവിതകൾ. ഗ്രീൻ ബുക്സിന്റെ 'മലയാളത്തിന്റെ പ്രിയകവിതകൾ' എന്ന ശ്രേണിയിലേക്ക് കെ.വി. രാമകൃഷ്ണന്റെ കവിതകൾ കൂടി ഉൾപ്പെടുത്തുന്നതിന് അനുവാദം നൽകിയ ആ നല്ല മനസ്സിന് ഗ്രീൻ ബുക്സിന്റെ നന്ദി.

എഡിറ്റർ

## കെ.വി. രാമകൃഷ്ണൻ

1935ൽ ജനനം. അമ്മ: കെ.വി. പാർവതി വാരസ്യാർ. അച്ഛൻ: എം. രാഘവവാരിയർ. 1954 മുതൽ 1962 വരെ സർക്കാർ ഉദ്യോഗസ്ഥൻ. തുടർന്ന് ഉപരിപഠനം. 1962 മുതൽ 1966 വരെ എറണാകുളം മഹാരാജാസ് കോളേജിൽ വിദ്യാർത്ഥി. 1964ൽ ബി.എ. (മലയാളം), 1966ൽ എം.എ. (ഇംഗ്ലീഷ്). 1966-67ൽ കോതമംഗലം മാർ അത്തനേഷ്യസ് കോളേജിൽ അദ്ധ്യാപകൻ. 1967ൽ ഒന്നര മാസത്തോളം, ശ്രീശങ്കരാ കോളജിൽ; തുടർന്ന്, ഗുരുവായൂർ ശ്രീകൃഷ്ണാ കോളേജിൽ. അവിടെ ഇംഗ്ലീഷ് പ്രൊഫസറായിരിക്കെ, 1988 ആഗസ്റ്റിൽ, സ്വമേധയാ വിരമിച്ച് മാതൃഭൂമി ആഴ്ചപ്പതിപ്പിന്റെ അസിസ്റ്റന്റ് എഡിറ്ററായി ചേർന്നു. 1996ൽ മാതൃഭൂമി വിട്ടു. ഏതാനും വർഷം കോട്ടയ്ക്കൽ ആര്യവൈദ്യശാലയിൽ പബ്ലിക്കേഷൻ മാനേജർ. കാൽനൂറ്റാണ്ടോളം എൻ വി. കൃഷ്ണവാരിയർ സ്മാരക ട്രസ്റ്റിന്റെ ജനറൽ സെക്രട്ടറി. ഇപ്പോൾ ട്രസ്റ്റിന്റെ പ്രസിഡണ്ട്. ട്രസ്റ്റിന്റെ മുഖപത്രമായ 'കവനകൗമുദി'യുടെ പത്രാധിപത്യം. മഹാകവി ഇടശ്ശേരി സ്മാരക സമിതിയുടെ പ്രസിഡണ്ട്. 2018, 2019 വർഷങ്ങളിൽ കേരള സാഹിത്യ അക്കാദമിയുടെ Malayalam Literary Surveyയുടെ ഓണററി എക്സിക്യൂട്ടീവ് എഡിറ്റർ.

പ്രസിദ്ധീകരിക്കപ്പെട്ട കൃതികൾ:

കവിതാസമാഹാരങ്ങൾ: മലയാളത്തിന്റെ പ്രിയകവിതകൾ, ലക്ഷ്മണദുരന്തം, ഇടശ്ശേരിമാവ്, മാതൃപൂജ, കോളേജിൽ വീണ്ടും, കാലസാക്ഷികൾ, വാല്മീകി, സഹയാത്രികയോട്, വരണ്ട ഗംഗ, പുതിയ സാരഥി, ചതുരംഗം, നാഴികവട്ട, അഗ്നി ഗർഭ, കെടാവിളക്ക്, അഗ്നിശുദ്ധി, കൊട്ടും ചിരിയും, രാജശില്പി, അക്ഷരവിദ്യ, ഭ്രാന്തി, ഒന്നാം സമ്മാനം, കെവി രാമകൃഷ്ണന്റെ തിരഞ്ഞെടുത്ത കവിതകൾ.

ലേഖനസമാഹാരങ്ങൾ: എൻവി എന്ന ശതാവധാനി, സൂര്യകാന്തം, കവിതയും താളവും, കവിതയെഴുതാൻ തുടങ്ങുന്നവരോട്, കാവ്യചിന്തകൾ, കവിമാസ്റ്ററുടെ ക്ലാസ്, നിർമ്മാല്യദർശനം.

നാടകം: വർഷിക്കാത്ത മേഘങ്ങൾ.

പഠനം: ഷേക്സ്പിയർ ഇന്ത്യൻ പരിപ്രേക്ഷ്യത്തിൽ.

വിവർത്തനങ്ങൾ: ഡ്രാക്കുള, കനകാഭരണം, രവീന്ദ്രനാഥ് ടാഗോർ, മൻമോഹൻ ഘോഷ്, നാനാ ലാൽ, പുസ്തകവിശപ്പ്, ജൂലിയസ് സീസർ, സൈറൺ (രണ്ട് വാല്യങ്ങൾ) ഉൾനാടൻമണ്ണ്.

ഇംഗ്ലീഷ് ഗ്രന്ഥങ്ങൾ: NV Krishna Warrior - (Makers of Indian Literature Series, Sahithya Akademi, Delhi), Prospero New Born - Evolution of Shakespeare's Tragic Heroes - An Indian Perspective', King Lear - A King Without a Crown - Shakespeare's Idea of Authority, The Niagara Falls and Other Poems (Collection of Poems).

പുരസ്കാരങ്ങൾ: കേരള സാഹിത്യ അക്കാദമിയുടെ കവിതാ പുരസ്കാരം, സാഹിത്യ അക്കാദമിയുടെ കനകശ്രീ കവിതാ പുരസ്കാരം, എൻ.എൻ. കക്കാട് അവാർഡ്, സ്റ്റേറ്റ് ബാങ്ക് ഓഫ് ഇന്ത്യയുടെ സാഹിത്യ പുരസ്കാരം, മൂടാടി ദാമോദരൻ അവാർഡ്, മേലൂർ ദാമോദരൻ അവാർഡ്, വിടി ഭട്ടതിരിപ്പാട് സ്മാരക പുരസ്കാരം, ഡോ. സിപി മേനോൻ സ്മാരക പുരസ്കാരം, ദേവീപ്രസാദം ട്രസ്റ്റ് ഒളപ്പമണ്ണ പുരസ്കാരം, പ്രഥമ ദേശാഭിമാനി കവിതാപുരസ്കാരം, അങ്കണം ഷംസുദ്ദീൻ പുരസ്കാരം, സമഗ്ര സംഭാവനയ്ക്ക് പൂന്താനം കവിതാപുരസ്കാരം, ഏറ്റുമാനൂർ സോമദാസൻ സ്മാരക പുരസ്കാരം.

സഹധർമ്മിണി പി. ശാന്തയോടൊപ്പം ഇപ്പോൾ തൃശ്ശൂർ ചെമ്പൂക്കാവ് അപൂർണ്ണയിൽ താമസം. മക്കൾ: ഉമ, വേദ.

# ആമുഖം

'വരണ്ട ഗംഗ'യിൽ തുടങ്ങി, 'തിളയ്ക്കുന്ന ഗംഗ'യിൽ അവസാനിക്കുന്ന, അമ്പതുരചനകളാണ് ഈ സംപുട ത്തിൽ. കഴിഞ്ഞ അറുപതിലേറെ കൊല്ലങ്ങളിൽ എഴുതി പ്പോന്ന കവിതകളിൽ നിന്ന് വേദനയോടെ തിരഞ്ഞെടു ത്തവ. മക്കളുടെ കണ്ണുകളിൽ നോക്കി, ഒരാളെ മാറ്റി നിർത്തേണ്ടി വരുന്നതിലുള്ള വേദന. (വലത്തെ കൈയിൽ വെക്കുന്ന കൈനീട്ടത്തിൽ ഇടത്തെ കൈ ചിണുങ്ങാതെ ങ്ങനെ? ''ഒറ്റക്കൈ തന്നിൽ നീ വെണ്ണ വെച്ചീടുമ്പോൾ മറ്റെക്കൈ കണ്ടിട്ടു കേഴുമല്ലോ'' എന്ന് കൃഷ്ണഗാഥ.) എങ്കിലും, അതിലുമുണ്ടൊരു നെയ്ത്തിരിവെട്ടം. എന്റെ അന്തഃക്ഷോഭങ്ങളും, ഉള്ളുനീറ്റങ്ങളും, ധർമ്മരോഷങ്ങളും, രാഷ്ട്രബോധവും, രാഷ്ട്രീയബോധവും എല്ലാംതന്നെ ചോരയിറ്റുംപടി പറിച്ചുചീന്തിയെടുത്ത്, കവിത വായി ക്കാൻ കൗതുകമുള്ള കൂട്ടുകാരുടെ കൈകളിൽ വെക്കുക യാണല്ലോ.

എന്റെ കവിതകളിൽ ആദ്യവസാനം കാഞ്ചനസൂത്ര മായി നിൽക്കുന്ന ഒരു മാതൃസങ്കല്പമുണ്ടെന്ന് തോന്നുന്നു. ഈ ഭൂമിയുമായി എന്നെ ബന്ധിപ്പിക്കുന്ന പൊക്കിൾക്കൊടി യാണ് എനിക്ക് അമ്മ.

> ''അറിയുന്നു ഞാൻ കഴലൂന്നുമീ മണ്ണോടെന്റെ
> കരൾ ചേർത്തിണക്കുമുജ്ജ്വലസത്യമെന്നമ്മ!''
>
> ('ചട്ടിയിൽ നട്ട ചെടി')

ഇവിടെ കാലൂന്നി സ്വന്തം നട്ടെല്ലിൽ എഴുന്നുനിൽക്കാൻ തുനിയുമ്പോൾ മുല ചുരന്ന്, തുളുമ്പുന്ന മിഴിയോടെ കൈനീട്ടിയെത്തുന്ന പ്രകൃതിയാണ് എനിക്കമ്മ. (മാതൃ ഹൃദയം 1969) സമസ്തൈശ്വര്യങ്ങളും കോരിച്ചൊരിയുന്ന

ദുർഗ്ഗയാണ്. അമ്മയുടെ നെഞ്ഞിലൂറുന്ന വാത്സല്യമാണ് എന്റെ സിരകളിലെ തുടിപ്പ്. പുനർജ്ജന്മഹേതുകമായ ആ കടപ്പാടിന്റെ കാൽക്കലെടുത്തുവെക്കാൻ എനിക്കെന്റെ ജീവരക്തമേ ഉള്ളൂ. അപ്പോൾ, നാക്കുനീട്ടുന്ന കാളിയും എനിക്കമ്മയാണ്. എനിക്ക് ജീവനം നൽകുന്ന, ഒടുവിലെന്റെ പാഞ്ചഭൗതികമേറ്റുവാങ്ങുന്ന ഈ ഭൂമിയാണ് എന്റെ അമ്മ. ഈ വിവേകത്തിൽ വിടരുന്നത്, എന്റെ നാടാണ്, ഇന്ത്യയാണ് അമ്മ എന്ന വികാരം. മുലപ്പാലിന്റെ വെണ്മയും വിശുദ്ധിയും ഉപസ്തരിച്ചിട്ടുള്ള ഈ മാതൃസങ്കല്പത്തിന്റെ ഇനിപ്പ് അന്തർദ്ധാരയായിട്ടുള്ള കുറേ കവിതകളുടെ ഒരു സമാഹാരംതന്നെ, 1998ൽ, ഞാൻ പ്രസിദ്ധീകരിച്ചിട്ടുണ്ട്. ('അഗ്നിഗർഭ') തിളയ്ക്കുന്ന ഗംഗയിൽ മുങ്ങി പ്രാണനിൽ പൊള്ളലേൽക്കുന്നത് 2023ൽ. അതിനിടെയിലും അമ്മ എന്റെ കവിതയിൽ പലപ്പോഴും പിടഞ്ഞുണർന്നിട്ടുണ്ട്. ചിലതെങ്കിലും ഈ സമാഹാരത്തിൽ ഉൾപ്പെടുത്തണമെന്ന് മോഹിച്ചുവെങ്കിലും കഴിഞ്ഞില്ല.

ഞാൻ ഏറെ മനസ്സുരുകി എഴുതിയവയാണ് 'രാജശില്പി', 'ഭ്രാന്തി', 'അക്ഷരവിദ്യ', 'അഗ്നിഗർഭ', 'ഭ്രാന്താസ്പത്രി', 'കാലസാക്ഷികൾ', 'ഇടശ്ശേരിമാവ്', 'വിശന്ന അമ്മ' തുടങ്ങി പല കവിതകളും. ഈ സമാഹാരത്തിലെ എല്ലാ രചനകളിലും ഒരിക്കലും കട്ടപിടിക്കാത്ത എന്റെ ഹൃദ്രക്തമുണ്ട്.

എന്റെ ഞരമ്പ്, ഇവ്വിധം, വായനക്കാരിലേക്ക് ഉറന്നൊഴുകുമ്പോൾ, ചെവിയിൽ തളിർവെറ്റില വെച്ച് ഓമനപ്പേരുവിളിക്കുന്നു, എന്റെ പ്രസിദ്ധീകരണശാലയായ ഗ്രീൻ ബുക്സ്, 'മലയാളത്തിന്റെ പ്രിയ കവിതകൾ' എന്ന്. ഈ ഊറ്റുവക്കിൽ നോക്കിയിരിക്കുമ്പോൾ എന്നിൽ ഏന്തിത്തുളുമ്പുന്നത് 'ഗ്രീൻ ബുക്സ്'; കൃഷ്ണദാസിന്റെ ആർദ്രമിഴികൾ, നരേന്ദ്രന്റെ സൗഹൃദം; കവിതകളുടെ തിരഞ്ഞെടുപ്പു മുതൽ എന്നോടൊപ്പം നിന്ന ഡോ. ശോഭയുടെ സ്നേഹം.

ബാലാതപം, മാതൃവാത്സല്യം, നിരുപാധികസൗഹൃദം - നന്ദി പറഞ്ഞ് കൈ കഴുകിത്തുടയ്ക്കാനുള്ളതല്ല എനിക്കിതൊന്നും.

തൃശ്ശൂർ **കെ.വി. രാമകൃഷ്ണൻ**

2025, ജനുവരി

## കവിതകൾ

## വരണ്ട ഗംഗ*

നരയൻ നീളൻ രോമ-
    ക്കുപ്പായം ഹിമാചല-
നിരയിലിഴച്ചുംകൊ-
    ണ്ടിറങ്ങി,ക്കാട്ടിന്നക-
ത്തൊക്കെയും കനം തൂങ്ങും
    മന്തുകാൽ വലിച്ചേന്തി-
യെത്തുന്നൂ കട്ടിക്കോട-
    മഞ്ഞല; കടയോടെ
പുഴങ്ങിച്ചീന്തിച്ചീറി
    വീണൊലിച്ചുപോയ് നീല-
ക്കടമ്പ്; ഈ വൃന്ദാവന-
    മാകെയാരെയോ നോക്കി,
പണ്ടൊരു വികൃതിയാം
    പൈതലെക്കരം കൂപ്പി--
ക്കൊണ്ടുടുമുണ്ടിന്നായി-
    ക്കേണ ഗോപികൾപോലെ
തൊലിയും സ്നായുക്കളും
    കാർന്ന കൈപ്പടം പൊക്കി
നിലകൊള്ളുന്നു; വാനിൽ
    വെള്ളിടി മിഴി നീട്ടി
കീഴിലൊക്കെയും നീല-
    പ്പാണ്ടെഴും നിഴൽ ചിന്നി-

---

* Bible: Acts 20-29. "For I know this, that after my departing shall grievous wolves enter in among you, not sparing the flock."

യുഴിയെ വളർനഖ-
    ത്തുമ്പത്തു കോർക്കാനുന്നി
ചുടലച്ചാരം ചൂള-
    മിട്ടു ചുറ്റിടുമേതോ
കടൽ താണ്ടിയ മരു-
    പ്പക്ഷി പാറുന്നു; കൂലം-
കുത്തിയുമിടിച്ചു മി-
    ക്കര മുക്കിയുമാളി-
ക്കത്തുമഗ്നിപോൽ രക്ത-
    പ്രളയപ്രഹർഷംപോൽ
ചുഴിയിൽക്കരാളമാം
    നാക്കു നീട്ടിയും നീളെ-
യിഴഞ്ഞും കുതിക്കുന്നൂ
    കാളിന്ദി; ദൂരെ ഗ്രാമ-
കന്യയെ,ക്കിളിന്തുപു-
    ല്ലേകിയും മണിത്താട
കമ്രമാം വിരൽത്തുമ്പാൽ-
    ത്തടവിത്താലോലിച്ചും
പോറ്റിയ പെൺതൈയിനെ-
    ച്ചവിട്ടി,ക്കാറ്റിൽച്ചീറ്റും
ചാട്ടവാറുപോൽ വാലു-
    യർത്തി, മസ്തകം താഴ്ത്തി,
അറ്റു തൂങ്ങിയ നീളൻ-
    ചങ്ങല കിലുക്കിക്കൊ-
ണ്ടെത്തുന്നു ചണ്ഡാനിലൻ,
    തുള്ളുന്നു വെള്ളപ്പൂഞ്ഞ!
പാറിവീണൊരു ശുഷ്ക-
    പത്രത്തിൻ നീൾത്തുമ്പത്തു
ചാരി, യന്തരാ തേങ്ങും
    നീർക്കുമിളപോൽപ്പിട-
യ്ക്കുന്ന ചേതനയോടെ,-
    യിച്ചെറുഗുഹയ്ക്കുള്ളിൽ

വന്നുനില്ക്കയാണർദ്ധ-
    പ്രാണയായ്ക്കൂട്ടം തെറ്റി.
പണ്ടു പേമഴപെയ്കെ-
    ക്കൈത്തലം പൊക്കിക്കുന്നു-
കൊണ്ടു മേൽപ്പുരതീർത്തു
    ഞങ്ങളെപ്പാലിച്ചോനേ!
എങ്ങുപോയുടയോനേ
    നീയുമെങ്ങടെ നോവിൽ-
ച്ചിന്നുമുൾത്തടമേലു-
    മച്ചെറുകാലിക്കോലും?

ഏറെ നാടുകൾ, ഏറെ
    നഗരങ്ങളു,മേറെ-
യേറെ ദുഷ്പ്രാപങ്ങളാം
    കാനനാന്തരങ്ങളും
വിടർകൊക്കുമായ്ത്താണു
    പാറിടും ദുർമൃത്യുവിൻ
കൊടുതാം മിഴി വീണു
    കരിയും മരുഭൂവും
നീരുണങ്ങിയിട്ടന്തർ-
    ബാഷ്പയായ്ക്കേഴും ഗംഗാ-
തീരവും താണ്ടിത്തേടി-
    യലഞ്ഞു വലഞ്ഞല്ലോ.

പാൽ ചുരന്നൊഴുകീടു-
    മകിട്ടിൽ,ക്കൊഴുപ്പാർന്ന
താടയിൽ,ത്തളിർമാംസം
    തുളുമ്പും തുടകളിൽ
കൺകളൂന്നിയും കൂർമു-
    ള്ളാർന്നിടുമുദാരത-
കൊണ്ടു കെട്ടിയ മുടി-
    ങ്കോൽ കരങ്ങളിലാർന്നും
ചുറ്റിലും ചെന്നായ്ക്കൾപോൽ
    ഞങ്ങളെച്ചുഴന്നുംകൊ-

ണ്ടെത്തി,യെപ്പൊഴെന്നോരാ-
    തിടയച്ചെകുത്താന്മാർ.

പുല്ലുണങ്ങിയ മേട്ടിൽ-
    ച്ചവിട്ടെ,ത്തല താഴ്ത്തെ-
പ്പൊള്ളിയ മനം നിന്നെ
    വിളിച്ചു കരഞ്ഞാലും
ഒച്ച പൊങ്ങുമാറില്ല
    പൊങ്ങിയാൽക്കറവറ്റ
വൃശ്ചികക്കാറിൽച്ചീറും
    ചാട്ടവാറണിമിന്നൽ.
ഞങ്ങളിലിളയോരിൽ-
    'ഗ്ഗായത്രി[1] ചൊല്ലും 'മാട്ടു-
പ്പൊങ്ങ്'ലി,ന്നെന്തുത്സാഹ-
    മുത്സവമാഘോഷിക്കാൻ?
പുല്ലുവട്ടിയിൽപ്പുറ്റു
    പൊങ്ങുന്നു, തീരെപ്പൊങ്ങു-
ന്നില്ല ചങ്ങല തൂങ്ങും
    കഴുത്തും കരൾക്കൂമ്പും
വരളും നാത്തുമ്പത്തൊ-
    രിറ്റു കണ്ണുനീരിന്റെ-
യെരിവും വീഴാതായി
    ചുളിഞ്ഞു ചുങ്ങിത്തൊണ്ടു-
പോലെയായകി,ടെങ്ങു
    പോയി നീ? കറുകതൻ
നീലനാമ്പുകൾപോലു-
    ള്ളാവിരൽത്തുമ്പോർമ്മിപ്പൂ.

പണ്ടു ഞങ്ങളെത്തണു-
    പ്പിക്കുവാൻ നാനാദുഃഖ-
ത്തിന്റെ വെയ്‌ലലകളെ
    നെഞ്ചിനാൽപ്പുണർന്നോനേ

---

* പശുഗായത്രി - ബലികഴിപ്പാൻ കൊണ്ടുപോകുന്ന മൃഗത്തിന്റെ ചെവിയിൽ ഓതിക്കൊടുക്കുന്ന ഒരു മന്ത്രം.

എങ്ങുപോയ്, പുരാനേ! നീ
വിളി കേട്ടാലും, നിന്റെ-
യമ്മതൻ സ്വരം തിരി-
ച്ചറിയാനായീലെന്നോ?
ഇപ്പൊഴുമുണ്ടീ മണ്ണിൽ
നിന്റെ നീൾവടിത്തുമ്പു-
കുത്തിയ പാ,ടാപ്പാത-
യോരുവാൻ കഴിയാത്തോ-
രിന്നു ഞങ്ങളെത്തെളി-
ക്കുന്നു, നീൾമരുഭൂവിൽ-
ച്ചെന്നു ബാഷ്പമായ് നീറി-
പ്പൊടിയും വഴിയൂടെ
വരൂ! ഞങ്ങളെക്കുറി-
ച്ചലിവുള്ളോനേ! നിന്റെ
മുരളീരവം കേൾക്കെ-
ത്തളിർക്കും വൃന്ദാവനം,
കിളിർക്കുമസംഖ്യേയ-
ദീപ്തസങ്കലപ്ത്തിന്റെ
കറുകത്തലപ്പുകൾ,
ഞങ്ങടെയകക്കാമ്പി-
ലൂറിടും ഗംഗാതീർത്ഥം
കരിഞ്ഞോരീ മണ്ണിന്റെ
മാറിടം, മുലപ്പടം
നനച്ചു ചുരന്നീടും.
യാമുനപുളിനത്തിൻ-
തിരയിൽപ്പീലിക്കണ്ണിൻ-
ശ്യാമമാമിമ മാരി-
വില്ലുപോൽ വിടർന്നാടും!

(1969)

## രക്തജ്വാലകൾ

(തന്റെ ആദർശങ്ങളിൽ പൊതുജനങ്ങൾക്കു വിശ്വാസം നഷ്ടപ്പെട്ടുകഴിഞ്ഞാൽ അതോടെ താൻ ജീവനോടെ കുഴിച്ചു മൂടപ്പെട്ടതായിക്കരുതാം എന്നു പറഞ്ഞുകൊണ്ട് ഗാന്ധിജി തുടരുന്നു: "......even if I stand alone, I shall be alive in the grave and what is more, speaking from it.")

എന്നെ നീ കൈവെടിഞ്ഞായോ
വെറുതെപ്പൊന്നുടയോനേ?
വിണ്ണിലോളമടിപ്പോരി-
ത്തേങ്ങൽ നീ പാഴിളംകാറ്റെ-
ന്നെണ്ണിയോ? ദാഹനീരിന്നായ്-
ക്കേഴുമെൻ ഗദ്ഗദം സൗര-
യൂഥസംഭ്രാമകധ്വാന-
മെന്നു കാതും തിരിച്ചായോ?
തീയല ചിന്നിടും വിദ്യു-
ല്ലതയായ് ദൈവദൂതന്മാ-
രാഗമിച്ചിക്കരിംപാറ
പിളരുമെന്നു,മിശ്യാമ-
തിമിരം നേർത്തുപോമെന്നു-,
മിവിടെപ്പൊന്നൊളി ചിന്നും
പുലരി കൺതുറന്നീടു-
മെന്നുമങ്ങേകിയ വാക്കെൻ-
തമ്പുരാനേ മറന്നായോ?

വരൂ! വന്നെൻ പ്രാണനാളം
ഞെരിക്കുമായസമുഷ്ടി-

വിടർത്തിജ്ജീവനു മുക്തി-
കൊടുക്കൂ; ഞാൻ യാഗശാല-
യ്ക്കകത്തിമ്മട്ടെത്ര ജന്മം
പിടയ്ക്കും? നെഞ്ചിൽനിന്നിക്ക-
ല്ലെടുക്കൂ സത്രിവൃന്ദങ്ങൾ
പടിക്കൽക്കാവലായ് നിർത്തി-
യിരിപ്പോരശ്ശതനേത്രൻ[1]-
ശ്വാവുറങ്ങീടുകയല്ലോ.

പ്രാണനെന്നിൽപ്പിടപ്പോളം-
കാലമിങ്ങിജ്ജഗത്പ്രാണ-
നാളവും വീർപ്പു കിട്ടാതെ
ഞെരുങ്ങും, എന്റെ പൈതങ്ങ-
ളിടനെഞ്ചിലമർത്തിക്കാൽ-
വെച്ചുനില്ക്കെച്ചവിട്ടേറ്റു-
പിടയും വിശ്വചൈതന്യം.
തളരും നാവിനാലോതീ-
ടട്ടെ ഞാൻ മംഗളം കുഞ്ഞി-
ക്കൺ തുറക്കും പുലരിക്കും,
പിതാവിൻ നെഞ്ചിലാഴ്ന്നേറും
കാരിരുമ്പിൻ മുനകൾക്കും.
പിറകെപ്പോന്നവരാണെ-
ന്നുണ്ണികൾ പ്രാർത്ഥനാഗാന-
മുരുവിട്ടോരെന്നുമെന്നോ-
ടൊപ്പമെൻ ശോണിതം തന്നിൽ-
ത്തുടുപ്പുകൂട്ടിയോരാ,ണി-
ന്നിവർക്കേ, തങ്ങടെ നെറ്റി-
ത്തടത്തിലായതുകൊണ്ടു
വിജയം ചാർത്തുവാൻ വേണ്ടു-
മവകാശം; എൻമുളം ത-
ണ്ടെടുത്തൂന്നി മുറിക്കാനു,-
മായതുകൊണ്ടു ചേരുംപോ-
ലൊരു ചെങ്കോലുതീർക്കാനു,-
മതുകൊണ്ടെന്റെ കുഞ്ഞാടിൻ-

1 Cerberus - നരക(Hades)ത്തിന്റെ പടികാവല്ക്കാരനായ, അൻപതു തല യുള്ള നായ.

നിവഹത്തെത്തെളിക്കാനും,
സ്മാരകശാല തീർക്കാനും.
ഇവർതൻ ദീർഘദൃഷ്ടിക്കായ്
സ്വസ്തി ഞാൻ നേർന്നുകൊള്ളട്ടെ.

ശ്രീലകമന്നു ഞാൻ മെല്ലെ-
ത്തുറക്കെത്തൃപ്പടിയിന്മേൽ
വീണുപോൽ ചെമ്പരുത്തിപ്പൂ-
മൊട്ടുപോലന്റെ നെഞ്ചിൽനി-
ന്നൊരു ചോരക്കണം, അന്നെൻ[2]
നടുക്കം നീങ്ങിയക്കണ്ണിൽ-
ത്തുടുമിന്നൽപ്പിണർപോലെ
പൊടുക്കെന്നു മിന്നിയിച്ചെ-
ങ്കോൽ പതിച്ച മുദ്ര; എന്തേ
തിടുക്കം കൈ കൂപ്പുവാൻ? ഇ-
ല്ലല്പവും ശങ്ക, മറ്റാർക്കെൻ
ഞരമ്പിൽസ്സൗരഭം ചിന്നി
വിടരുമാർദ്രതയെല്ലാ-
മിറുക്കാനുള്ളവകാശം?

നിങ്ങളെന്നുണ്ണികൾ എന്തി-
ന്നിടയ്ക്കുനിദ്രയിൽപ്പോലു-
മറിയാതെയെഴുന്നേറ്റു
നടക്കുന്നു, പുണ്യഗംഗാ-
തടംതോറും?[3] കൈ കഴുകി-
ക്കുളിച്ചാൽക്കെട്ടുപോമെന്നോ
ഞരമ്പിൽക്കൂടലച്ചെത്തി-
പ്പടർന്നാളുന്നതാമാറാം-
താരകം?[4] ഗംഗതൻ നീറ്റി-

2. 1179 ഡിസംബർ 29-ാം തീയതി King Henry-യുടെ കിങ്കരന്മാർ, ആർച്ച് ബിഷപ്പ് ബെക്കറ്റിനെ കാന്റർബറി കത്തീഡ്രലിൽവെച്ചു കുത്തിക്കൊന്നു.

3. ലേഡി മാക്ക്ബെത്തിന്റെ സ്വപ്നസഞ്ചാരം (sleep-walking) ഓർമ്മിക്കുക.

4. പഞ്ചേന്ദ്രിയങ്ങൾക്കപ്പുറത്തുള്ള അറിവ് - സഹജാവബോധം. ആറാമത്തെ നക്ഷത്രം; തിരുവാതിര. ''തിരുവാതിര തീക്കട്ടപോലെ.''

ലുഷസ്സും നിത്യവും കൈകാൽ
കഴുകന്നോ? തീർത്ഥമെന്തേ
തുടുക്കാൻ? ഇപ്പുലർവെട്ട-
ത്തിൻ തുടുപ്പം തുടുക്കുന്നോ?

പിടയ്ക്കുന്നു മനം രേത-
സ്സിലുമഗ്നി പ്രവാഹത്തിൻ
തുടുപ്പാളും നിങ്ങൾതൻ പിൻ-
മുറക്കാരെക്കുറിച്ചോർക്കെ
മിന്നലിൽനിന്നുതിരുന്നോ-
രുതിരത്തുള്ളിയിപ്പോഴും
മിന്നി നിന്നീടുകയല്ലീ-
ആയിരം നാളമായ് ചുറ്റ-
മ്പലത്തിൻ മൺചിരാതിൽ?ക്കാൺ-
മവർക്കു കണ്ണിനു മേളം.

അയല്ക്കാർക്കെന്തൊരുത്സാഹ-
മിച്ചിരാതു നിറയ്ക്കാനും
അയവെട്ടുന്ന നാത്തുമ്പിൽ
കൈവിഷം തൊട്ടുതേയ്ക്കാനും!
ഞെരിയുന്നു ഞരമ്പാകെ-
യിറുന്നുവീഴുന്നു ജീവ-
കണമെൻ മാറിൽനിന്നാകെ-
ക്കരിഞ്ഞുപോകയോ സർവ്വം-
സഹയു,മിത്തുടുപൂക്ക-
ളൊക്കെയും? ജാതവേദസ്സിൻ[5]-
ജ്വലന്നാളങ്ങളായിന്നെ-
ന്നുണ്ണികൾക്കുള്ളിലുമാളി-
പ്പടരുന്നോ? നന്നു നന്നി,-
പ്പാവകൻ[6] നിങ്ങൾതൻ ദിവ്യ-

---

5. ജാതവേദസ്സ് = അഗ്നി. വേദങ്ങൾ, ഹിരണ്യം എന്നിവ അഗ്നിയിൽനിന്നു ണ്ടായി എന്നു പുരാണം. ശുഭാശുഭങ്ങളറിയുന്നവനുമാണ് ജാതവേദസ്സ്.

6. പാവകൻ = അഗ്നി--ശുദ്ധീകരിക്കുന്നവൻ

ക്ഷേത്ര[7]മിന്നൊക്കെയും ഭൂതി-
പരിപൂർണ്ണമാക്കുമെങ്കിൽ,
വീണ്ടുമീവേദിയിലാദി-
വേദവും ഗീതയും പുത്തൻ-
നാമ്പെടുത്തു വരുമെങ്കിൽ,
പുതുഞ്ഞാണിട്ടു ഗാണ്ഡീവം
കുലച്ചീമണ്ണിനിന്നാദി-
പുളകമേകുകിൽ, ഗ്ഗംഗാ-
ജലം വീണ്ടും തീർത്ഥമായി-
ത്തീരുകിൽ, ജ്ജീവനോടെന്നെ-
ദ്ദഹിപ്പിക്കൂ ശതജ്വാല-
ചിന്തിയെൻശോണിതം നീളെ-
പ്പടർന്നാവൂ നിത്യവുമെൻ-
കിടാങ്ങൾക്കാത്മചൈതന്യ-
മരുളിക്കൊണ്ടനിരുദ്ധ-
മതെന്നെന്നും വളർന്നാവൂ!

(1971)

7. 'ഇദം ശരീരം കൗന്തേയ
ക്ഷേത്രമിത്യഭിധീയതേ.'' ഭഗവദ്ഗീത.

## ചട്ടിയിൽ നട്ട ചെടി

I

വാളുകൾ കടഞ്ഞിട്ട-
മാതിരി ചോരക്കല്ലിൻ-
ചീളുറഞ്ഞിടുമൊറ്റ-
യടിപ്പാതയിലൂടെ
അവിരാമമായ് ദിവ-
സങ്ങൾ തങ്ങളിലുര-
ഞ്ഞിഴയെ,ജ്വലത്ച്ചക്ര-
വാളസീമകളനു-
സ്യൂതമായ് വികസിക്കെ,
പാഠശാലയിലേക്കു
ദൂരമല്പ്പാല്പ്പം കുറ-
യുന്നതുപോലെ തോന്നി.

കുന്നിനുമോളിൽ, പക്ഷം
വിടർത്തിപ്പൊങ്ങാനൂന്നി-
നിന്നിടും സുപർണനേ-
പ്പോലെഴും വിദ്യാലയം[1]
'ഒരിക്കൽക്കൂടിക്കണ്ടു-
പോരണ'മെന്നേയന്ത്യ-
വരമായപേക്ഷിച്ച-
ഗുരു[2]വിൻ പിറകിലായ്

1. രാജാസ് ഹൈസ്ക്കൂൾ, കോട്ടയ്ക്കൽ
2. ശങ്കരൻനായർ മാസ്റ്റർ

ഒപ്പമെത്തുവാനിട-
　　യ്ക്കോടിയും കിതപ്പാർന്നു
നില്ക്കുകിൽക്കരം നീട്ടി-
　　യടുപ്പിച്ചാശ്ലേഷിക്കെ
പുതുപൂവുകളാർന്നും
　　വേനലിൽക്കരിഞ്ഞാലു-
മിടറാതെന്നും കുന്നു-
　　കയറിയിറങ്ങവേ
നീളുകയായീ, കന്നി-
　　മണ്ണിൽ വേരുക,ഉള്ളം-
കാലടികളിൽക്കരിം-
　　പാറകൾ വളർന്നാലും.

II

പൊന്തയും കല്ലും മുള്ളും
　　നിറയും കുഗ്രാമത്തി-
ന്നംബരത്തിലേ കാണ്മൂ
　　പൂർണ്ണിമയുടെ ലാസ്യം!
നഗരത്തിലെക്കലാ-
　　ശാലയി,ലപൂർണ്ണത
നഖരം നീട്ടും പരി-
　　ഷ്കാരകൗതുകങ്ങളിൽ,
ഒരു താരകം പോലും
　　കൺമുന തുറക്കാത്തൊ-
രിരവിൽ ജ്യോതിർമണ്ഡ-
　　ലങ്ങളെയുൾക്കൊള്ളാനായ്,
ചട്ടിയിൽ പുടം തുറ-
　　ക്കും നീലത്തുളസിയായ്
നട്ടിതെന്നെ ഞാൻ, ആണി-
　　വേർ കടമുറിഞ്ഞാലും.
തുടുമണ്ണിലെപ്പാല-
　　മ്മിഞ്ഞ ജീവനിലെന്നും

ചുരത്തിപ്പാലിച്ചുപോ-
    ന്നൊരു വാത്സല്യം ലഭി-
ക്കാതെയുള്ളിലെമിഴി-
    ക്കോണുകൾ വിളറവേ,
വേർ അകമനാർദ്രമായ്
    ക്കുറുകിച്ചുരുളവേ,
വാടിയ കിളിന്തില-
    കൾക്കു വൈദ്യുതദീപ-
മാല ചാർത്തിച്ചൂ കല
    പൂത്തുലഞ്ഞിടുമുള്ളം.

### III

ഉറക്കത്തിലുമെഴു-
    ന്നേല്ക്കുകിൽ കാലെത്തും മ-
ട്ടൊരുക്കിപ്പോന്നൂ കട്ടി-
    ലിന്നടുത്തെന്നും ചെരി-
പ്പുകൾ, ഇന്നുള്ളം കാലിൽ-
    പ്പൊടി പറ്റുകിൽപ്പോലും
പുകയിൽക്കരിയും പോൽ-
    ജ്ജീവനിൽത്തളിരാടും.
അകത്തെച്ചെരിപ്പിൻമേൽ-
    ക്കൂടിയിത്തിരിയെങ്ങാ-
നഴുക്കാവുകിൽ നിലാ-
    പ്പാൽ തുളുമ്പിടുമുള്ളിൽ.
കവിഭാവനപോലെ
    മാർദ്ദവമെന്നുള്ളംകാ-
ലടിയാർന്നല്ലോ! കന്നി-
    മണ്ണിലെക്കരൾത്തുടി-
പ്പെന്റെ സങ്കല്പത്തിൻ നീൾ-
    ഞരമ്പിൽ പ്രതിസ്പന്ദം-
കൊണ്ടുനില്ക്കുന്നു, ചട്ടി-
    ച്ചെടിയും പുഷ്പിക്കുന്നു

## IV

എന്തിതു കലാശാല-
വിട്ടു വാടകവീട്ടിൽ
വന്നു കേറവേ, നീല-
ത്തുളസിക്കതിരിന്റെ-
ഗന്ധം! എൻ സിരാകൂട-
മാകവേ മതിർപ്പിക്കും
ചന്ദനം ഇളയുടെ
ദീർഘനിശ്വാസം ചുറ്റും!
എന്നകത്തഹന്തയിൽ-
പ്പുള്ളിക്കാതുകളാട്ടി-
നിന്ന കന്നത്തിൽ ഭ്രമ-
രങ്ങൾ മൂളുകയല്ലീ!
വീണുഞാൻ നമസ്ക്കരി-
ച്ചെഴുന്നേറ്റത്ത്യപ്പാദ-
രേണു മൗലിയിലണി-
ഞ്ഞൊരു പൈതലാകുന്നു!

ചുരക്കും കരളോടെ,
നിറയും മിഴിചിന്താ,-
തിനിക്കുമനക്ഷരാ-
ശിസ്സൊടെ, നില്പ്പാണമ്മ!
കാലടിക്കീഴിൽ സ്സർവം-
സഹതെള്ളുന്നു; പേർത്തും.
കോളെഴും സിരകളി-
ലതു വന്നലയ്ക്കുന്നു!
അറിയുന്നു ഞാൻ: കഴ-
ലൂന്നുമീമണ്ണോടെന്റെ-
കരൾ ചേർത്തിണക്കുമു-
ജ്ജ്വല സത്യമെന്നമ്മ!

(1975)

## താജ്മഹൽ

**ച**ക്രവർത്തി തൻ തിരുമുമ്പിൽ നിന്നിറങ്ങുന്നി-
തക്കലാകാരൻ കണ്ണീർ തുളുമ്പും കരളോടെ.
''ദൈവകല്പിതം പ്രിയ തന്നപമൃതിയേകും
വൈശസം നമ്മെ ത്തോഴ! തുല്യദുഃഖിതരാക്കി
പോവുക, അകത്തെത്തീക്കനലാറിടുവോളം
പോയി വിശ്രമിച്ചാലും യമുനാതടങ്ങളിൽ
പരിചാരകർ ഭവദിച്ഛകൾ നിറവേറ്റാ-
നവിടെക്കാണും, നാമിന്നായതിന്നാജ്ഞാപിച്ചു.
ഉള്ളുണങ്ങിയാൽ മുംതാസിന്നനശ്വരകീർത്തി-
യ്ക്കുള്ള മന്ദിരം പണി തുടങ്ങാം നിദേശം പോൽ.''
തുടൽ പൊട്ടിയ കൊടുങ്കാറ്റുപോൽ നദീതീര-
ത്തിടരാളിടു 'മീസ' യലഞ്ഞൂ നാൾകൾക്കൊപ്പം.

**രണ്ട്**

പൂർണിമയുടെ പൈംപാൽ പലവാറശിച്ചിട്ടും
പൂർണ്ണമുള്ളിലെയഗ്നിജ്വാലയബ്ഭഗ്നാശനി-
ലടങ്ങീല, ഏറെച്ചക്രവർത്തി തൻ വാത്സല്യങ്ങ-
ളവനിൽത്തെളിതേറലായ് നീളെച്ചൊരിഞ്ഞിട്ടും.
യമുനാപുളിനമുത്ഭ്രാന്തമാ ഹൃദയത്തിൽ
തിരതല്ലീടും കാസ്പിയൻകടൽപ്പുറമായി.
തെന്നലിലവിടെത്തൻ പത്നിതൻ മദഗന്ധം
ചിന്നിയ സായംസന്ധ്യയുടെ കുങ്കുമരാഗം
പോക്കുവെയ്‌ലിലിപ്പൂഴിപ്പരപ്പിൽത്തൂകിക്കാൺകെ
ആക്കരളിലെക്കോളടങ്ങിയി,ല്ലുമർഖയ്യാ-

മിന്റെയീരടി മൂളി, പ്രിയയെത്തൻമെയ് ചേർത്തും-
കൊണ്ടു 'ഹെൽമണ്ടിൻ' തീരത്തൂടെയന്നടിവെച്ച-
തോർക്കെ,യുള്ളിലെക്കൊടുങ്കാറ്റൊതുങ്ങീലാ; തന്റെ
നേർക്കു 'സൈറസ്സിൻ' ചെങ്കോലാർന്ന സൗഹൃദവായ്പാൽ
ഭാരതമഹാരാജൻ തന്നതുല്യസൗന്ദര്യ-
ധാമത്തിൻ സ്മരണയ്ക്കായ്ക്കിടയറ്റൊരു ശില്പം
ചമയ്ക്കുന്നതിന്നുൾക്കണ്ണുള്ള ശില്പിയെത്തേടി-
നടക്കും ദൂതന്മാരൊത്തയച്ചു തന്നെത്തന്നെ.
ചക്രവർത്തിതൻ തിരുമുമ്പിൽ തൻ നവോഢയാം
പത്നിയൊത്തെത്തിക്കുമ്പിട്ടതും അക്കൃപാരാശി
ഇഷ്ടതോഴനായ്ക്കൊട്ടാരത്തിലേ വാഴിച്ചുംകൊ-
ണ്ടൊട്ടുനാളുകൾ സുരഭിലമായ് വിടർന്നതും
വെറുമോർമ്മകളാകെ,ശ്ശൂന്യതയാളിക്കത്തി-
പ്പടരും ഹൃത്തിൽ 'ദ്രമാവെൻഡ'ലറുന്നൂ വീണ്ടും.

## മൂന്ന്

പാതി ശൂന്യമാം തന്റെ മഞ്ചത്തിൽക്കാതോർക്കുന്നു
പാദുഷ,ചിലങ്കയല്ലല്ലി കൊഞ്ചുന്നു നൃത്ത-
ശാലയിൽ-ക്കരളിലോ? കങ്കണക്വണിതത്തിൽ
താലവൃന്തത്തിൻ സ്നിഗ്ധസൗരഭമിളകുന്നോ?
അമൃതം വാരിത്തൂകും ശാരദരജനിക-
ളടിവെയ്ക്കുന്നോ പിന്നിൽ രേവതന്നലയ്ക്കൊപ്പം
തെന്നലിലിളകീടുമളകം വിരൽത്തുമ്പാൽ
ഉന്മുഖമൊതുക്കിക്കൊണ്ടിരിക്കുന്നിതോ സന്ധ്യ?
താളമായ്, അമരസംഗീതനാദമായ്, തന്റെ
കാമിനിയൊരു നറും സൗരഭമായ് പ്രാണനി-
ലൂറിനിൽക്കവേ, കൊട്ടാരത്തിലെ മലർവാടി
ഏദനായ്ത്താനന്നാദിപൂരുഷനായീലല്ലീ!

ഒരു വെള്ളിടി! ഷാജഹാനൊരു ദുഃസ്വപ്നത്തിൻ
തിരതല്ലലിൽ പൊട്ടിച്ചിന്നിയുൽക്കകൾ പോലെ.
ഊഴിതന്നടിത്തട്ടിലുരസും കാലാഹിതൻ
ജ്വാലയായ്, ജ്വാലാമുഖിയായ് നൃപേന്ദ്രൻതന്നുള്ളം

ചെറ്റിട; കോൾകൊണ്ടമരുന്ന പാരാവാരം പോൽ
കത്തിനിന്നടങ്ങുന്ന ചിതപോൽ തൻ മഞ്ചത്തി-
ലൂറിയ കരിംകണ്ണീരലയിൽ തലചായ്ച്ചു
മാരി പെയ്തടങ്ങിയ മാനമായ് മേവീ ഭൂപൻ.

## നാല്

ദുഃഖത്തിൻ നിശിതമാം വാൾത്തല കണ,ക്കേക-
രശ്മിതൻ ചടുലമാം തിളക്കം കണക്കിനെ
ആ മണൽത്തിട്ടിൽ പുറംചേർത്തു വിണ്ടലമാകെ-
യേക ബിന്ദുവായുള്ളിൽക്കണ്ടും, ആത്തിളക്കത്തി-
ലൊരു തീക്കനൽ പോലെ തൻ മിഴിയുടെ ചൈത-
ന്യവുമുണ്മയും കണ്ടറിഞ്ഞും ആ യുവശില്പി
കിടക്കുന്നിടത്തേയ്ക്കബ്ഭാരതമഹീപതി
ഒരു പോക്കുവെയിൽനാളം മാതിരി ചെന്നെത്തവേ
ധ്യാനനിശ്ചലം മേവുമാക്കണ്ണീർക്കയം നിർന്നി-
മേഷനായ്, തൻ ഗദ്ഗദമടക്കിക്കണ്ടൂ മൂകം.
''ഇജ്ജ്വലന്നാളത്തിന്മേൽ നിഴൽ വീഴ്ത്തിയ താനി-
ന്നെത്ര നിസ്സാരൻ!'' .....പൊട്ടിച്ചീന്തി പാദുഷയ്ക്കുള്ളം.
താനിറക്കിയ കണ്ണീരഭിശപ്തമായ്, കാടായ്
മാറിയീയമോഘമാം തേജസ്സിൻ തിരുമുമ്പിൽ
ഞെട്ടിയേൽക്കയായ് 'ഈസ', തന്നുടെ മിഴിനീരി-
പ്പൂജ്യനിലനാദരമായ് ഇതൾ കൊഴിഞ്ഞാലോ?
താണു കുമ്പിട്ടൂ യുവശില്പി; പിന്നെയാക്കണ്ണി-
ലാളു മഗ്നിയിൽ ചക്രവർത്തിയെത്തിളക്കിക്കൊ-
ണ്ടോതി: ''മാപ്പ്! അവിടത്തെയിച്ഛയിന്നോളം നിറ-
വേറിയില്ലടിയനാണപരാധി! ഇന്നത്തെ-
പ്പുലരിപ്രകാശത്തിൽ ആയിരമിതളാർന്നു
വിടർന്നു കരളിലുമാദിപത്മത്തിൻ ഗന്ധം
നാളെയീ യമുന തൻ കരയിൽപ്പുതു സർഗ-
താളകേളികൾ കണ്ടു തുള്ളുമാദിത്യന്നുള്ളും
നൂറു ശില്പികൾ, നൂറുനൂറു വേലക്കാർ-
നൂറുനൂറൊളിപെറും നവരത്നവും വേണം.
ദീർഘമാമൊരു തപസ്സാണിനിയനുവാദ-
മാർക്കുമേകരുതിങ്ങു വന്നു കാണുവാനുള്ളി-

ലയുതം ചിറകുകളിട്ടടിക്കുമെൻ സ്വപ്ന-
മൊരു സത്യമായ് വെണ്ണക്കല്ലിലുജ്വലിപ്പോളം.''
തിളങ്ങും മിഴികളാൽ 'ഈസ' യിലാശീർവാദ-
മരുളീ മൂകം ചക്രവർത്തിയേന്തുമുള്ളോടെ.

### അഞ്ച്

നൂറു പൗർണ്ണമിയിനിപ്പിയറ്റീ വെണ്ണക്കല്ലി-
ലാരിതൾ നീർത്തും ദീപ്തകല്ഹാര സങ്കല്പത്തിൽ
ഉളിതൻ മൃദുചുംബനങ്ങൾ, ചുറ്റികയുടെ
കളനൂപുരമേളസർഗതാണ്ഡവതാളം
ചിറകാർന്നെത്തും മൂർത്തസംഗീതനാളം പോലെ,
അരുമക്കുഞ്ഞിന്നാദ്യരോദനശ്രുതിപോലെ,
ഉരുകും മിഴിനീരിൻ ശാശ്വത കാവ്യം പോലെ,
കനകാവരണംപോയ്ജ്വലിക്കും സത്യംപോലെ,
കല തൻ മഹാക്ഷേത്രംപോലെ വെൺമണൽത്തിട്ടിൻ-
കരയിൽദ്ദലം നീർത്തിനില്ക്കയായൊരു സൗധം!
തന്നിദേശം പോൽ മുംതസ്മഹലിൻ കുടീരക-
ത്തിൻ നികടത്തിൽത്തന്റെയന്ത്യവിശ്രമസ്ഥാനം-
കൂടിയീക്ഷിക്കെ,ക്കൃതകൃത്യതയേന്തിത്തുളു-
മ്പീടുകയായീ ചക്രവർത്തിതൻ ഹൃദന്തത്തിൽ.

രാജധാനിയിൽ ജ്വലിച്ചിരുന്നോരിണയറ്റ-
തേജസ്സായിരുന്നല്ലോ തന്നുടെ ഹൃദയേശി
ആ രമയുടെ പേരിലിന്നുയർന്നരുളുമീ
സ്മാരകമെന്നും നില്ക്കുമൊരു വിസ്മയമായി!
രാജശില്പിയെത്തേടിയുഴറീ ചരിതാർത്ഥ-
മായ ഭാരതചക്രവർത്തിതന്നഭിലാഷം!
ആനീതനായീ തിരുമുൻപിലപ്പൊഴു,തേറെ-
യാദരത്തൊടു താണു കുനിഞ്ഞൂ, കാൽമുട്ടോളം
നീളമാർന്നാകെത്തൂമഞ്ഞലപോൽദ്ധവളാഭ-
മായ താടിയും ജടാഭാരവുമേലും ശില്പി!

ഒന്നു തേങ്ങിപ്പോയ് ചക്രവർത്തിതന്നുള്ളും കാല-
മെങ്ങനെ മാറീ കണ്ണിൽ കത്തിനില്ക്കവേതന്നെ
നേർത്തൊരുൾവിറയോടെയവിടന്നോതീ: ''ഭവദ്-
കീർത്തിധാവള്യം വാഴുമാചന്ദ്രതാരം തോഴ!

സ്വീകരിക്കുക, നാമിന്നുൾക്കളം നിറഞ്ഞേകും
പാരിതോഷികം, നമ്മെയതു മാനിതനാക്കും''

തലയിത്തിരി കുനിച്ചൊഴുകിത്താഴും താടി-
തടവിസ്സൗമ്യം ശില്പി മൊഴിഞ്ഞു: ''മഹാരാജൻ!
സാരമായൊരു പാരിതോഷികം മുന്നം കനി-
ഞ്ഞേകിയതെന്നേ തിരിച്ചെടുത്തൂ മഹാശില്പി.
ലോകജീവിതസാധാരണമാം നിസ്സാരങ്ങ-
ളാകിന സമ്മാനങ്ങളിനി ഞാനാശിപ്പീല.''

''മാന്യ! സാഹസമെന്നോതായ്ക നാമേകാം അസാ-
മാന്യമാമൊരു ഭൂഷ; സദയം കൈക്കൊണ്ടാലും.''

ദ്വാരപാലകരങ്ങോട്ടംഗവസ്ത്രത്താലാകെ
മൂടിയാനയിക്കയായ് ഒരു മാനിനിയാളെ
വിറയാർന്നൊരു വിരൽത്തുമ്പിനാൽ മുഖപടം
മൃദുവായ് നീക്കീ ചക്രവർത്തി ചണ്ഡവാതത്തി-
ലുലയുന്നൊരു നേർത്ത നെയ്ത്തിരിനാളം പോലെ,
ഉതിരാനുന്നും കണ്ണീർത്തുള്ളിപോൽ ഒരു തന്വി
കുളിർമഞ്ഞലയേറ്റു കുതിർന്നു കുനിഞ്ഞീടു-
മൊരു ചെംപനീർപ്പൂപോൽ നിന്നു ശില്പിതന്മുന്നിൽ

ഏറിയ കൊടുംതപസ്സിയറ്റും തിളക്കത്തി-
ലേറെ വിസ്മയം നീർത്തും നിഴലായ് യമി നില്ക്കെ
പാദുഷയോതീ: ''മാപ്പ്! താങ്കളെസ്സർഗക്രിയാ-
വേദിയിലേകാഗ്രചിത്താക്കുവാൻ, വിഷയാസ്വാ-
ദനകേളിയിൽ നിന്നു നിവർത്തിപ്പിക്കാൻ കൈക്കൊ-
ണ്ടൊരു സാഹസം പൊറുക്കുക, കാന്തയെ സ്വീക-
രിക്കുക, ഭവദിച്ഛപോലെ നമ്മുടെ സാമ്രാ-
ജ്യത്തിൽ വാഴുക, മഹാരാജശില്പിയായെന്നും!''

കണ്ണിനു മുമ്പിൽ പ്രപഞ്ചത്തിലെ വെളിച്ചങ്ങ-
ളൊന്നുചേർന്നുടഞ്ഞലിഞ്ഞൊഴുകുന്നതായ് കരിം-
കറുപ്പാർന്നൊരു മഹാശൂന്യതയുറഞ്ഞമർ-
ന്നൊരു ബിന്ദുവായ് തന്നിൽ നിറയുന്നതായ് തോന്നി;
തന്റെ കാൽകളിൽ ഭൂമി ഞെരിയുന്നതായ്, ചുറ്റും
വിണ്ടലമാളുന്നതായ് തോന്നി 'യീസ' തന്നുള്ളിൽ.

മാത്ര. വൻതപം കാറ്റിലിളകാക്കതിരാക്കി-
ത്തീർത്ത ഹൃത്തടം കെടാവിളക്കായ് ജ്വലിക്കവേ,
മൊഴിഞ്ഞൂ യമി: ''രാജൻ! ഞാനറിയുകയില്ലീ-
ക്കുലനാരിയെ,ദ്ദിവംഗതയെൻ പ്രിയപത്നി.
എന്നിലാ വിയോഗത്തിൻ കാളാഗ്നിയുണർത്തിയ
കണ്ണുനീർത്തിളക്കത്തിൻ ശാശ്വതസ്മരണയ്ക്കായ്
ജീവനാൽ, തപശ്ചൈതന്യങ്ങളാൽ ഞാൻ നിർമ്മിച്ച-
താണി,താരമ്യം ഹർമ്യം പൂർണ്ണകാമമെൻ ജന്മം.''

(1976)

---

ഈസ = ഉസ്താദ് ഈസ - താജ്മഹൽ പണിത പേഴ്സ്യൻ ശില്പി. കാസ്പിയൻ കടൽ = പേഴ്സ്യയുടെ വടക്കൻതീരക്കടൽ. ഹെൽമ് = പേഴ്സ്യയിലെ ഒരു തടാകം. സൈറസ്സ് = പേഴ്സ്യയുടെ സ്ഥാപക ചക്രവർത്തി. ദമാവെൻഡ് = നിർജീവമായ ഒരു അഗ്നിപർവതം. മുംതസ്മഹൽ = കൊട്ടാരത്തിലെ ഏറ്റവും പ്രിയപ്പെട്ടവൾ.

## പൊതുശത്രു

**അ**മ്മേ, അങ്ങനെയിന്നു വിളിക്കെ ന-
ടുങ്ങുന്നൂ മനം, ഇരവിലുറക്ക-
ത്തിൻ പദപാതത്തിനു കാതോർത്തു കി-
ടക്കെ, പാതിര പിളരും മട്ടൊരു
വെള്ളിടി വെട്ടിയ പോലെ തി-
റമ്പുന്നൂ കരൾ, എന്നേ നിന്നെ-
വെറുത്തോർ, വീടുമെരിച്ചോർ ഞങ്ങൾ.

മണ്ണിലിഴഞ്ഞു നടക്കെ, വെളിച്ച-
ത്തിന്നു കൊതിക്കും മിഴികൾ തുറക്കെ,
ഞങ്ങടെ കരചരണങ്ങളെലിമ്പുക-
ളോളം കാർന്നു ഞെരിച്ചൊരു തുടൽ നീണ്ടിറുകെ,
ഇന്നലെയോളം തമ്മിൽ വഴക്കിടുവാ-
നിടയില്ലാതന്യോന്യമറിഞ്ഞും
തോളു കൊടുത്തും കാലിടറുന്നള-
വൊട്ടു കുനിഞ്ഞു കരങ്ങൾ
കരങ്ങളിലേന്തിയുമെത്തിയ
ഞങ്ങടെ മുന്നിലൊരേയൊരു
മാർഗ്ഗം, ഒരേയൊരു ലക്ഷ്യം,
ഒരേയൊരരാതി!
ഒരു പൊതുശത്രു!
അവനെക്കുത്തി മറിച്ചു തുരത്തി-
ക്കുടലു വലിച്ചു കഴുത്തിലണിഞ്ഞ-
ച്ചുടുരക്തത്താൽക്കുറി തൊടുവാനാ-
യയുതം തുടുനാളങ്ങളെഴുന്നോ-
രേകകരാളികയായുഴറീ ഞങ്ങൾ

അവനുറയൂരിയിഴഞ്ഞറിയാതെ-
ഗമിക്കെ,യെടുത്തണിയാനുറമാത്ര-
മിരിക്കെ, വായ്ത്തലകൾ കടഞ്ഞു-
കരൾത്തട്ടിൽത്തിരുകീടിന
വാളുകൾ തെള്ളിയുറഞ്ഞു-
തരിക്കെ,ക്കണ്ടൂ ഞങ്ങൾ പരസ്പര-
മമ്മേ! നിന്റെ കിടാങ്ങൾ!

അമ്മേ...!, അങ്ങനെയിന്നു വിളിക്കെ, ന-
ടുങ്ങുന്നൂ മന,മിനിയാരുടെ നേരെ-
വലിച്ചൂരിയെടുത്തു ചു-
ഴറ്റിടുമെങ്ങളിലരിശങ്ങൾ തുടുക്കെ?

ഞങ്ങളിൽ ഞങ്ങടെയരികൾ കുലക്ഷയ-
മെന്ന കണക്കു വളർന്നിലചിന്നി-
വിടർന്നു നിണക്കെടുവാട പരക്കെ-
ഉടവാളുകളോങ്ങിയടുത്തൂ
ഞങ്ങൾ പരസ്പരം, ഇടിവാളുകൾ-
പോലെയുലഞ്ഞു തങ്ങളി-
ലലയാഴികൾ പോലലറീ; പിൻമാറി-
പ്പല കുതികാൽ വെട്ടിൻ മുറകൾ നയത്തൊ-
ടെടുത്തൂ: കുടില വിഷച്ഛവിയാർന്നൊ-
രരാതിയുരിച്ചുകളഞ്ഞൊ-
രുറയ്ക്കെഴുമുദിത വിമോഹന രാഗ-
ത്തിന്നു കൊതി,ച്ചതിനായ്-
വീടിതു പടനിലമാക്കുകയായീ.

ഇവിടെപ്പൂക്കൾ വിടർത്തണ-
മോരോ വീട്ടിന്നുമ്മറനടയിലു-
മായതെനിക്കേ കഴിയൂ! ഞാനല്ലെന്നാൽപ്പിന്നി-
ക്കിളർമണ്ണിൽക്കറുകത്തുമ്പുകൾ പോലും
വിരിയരുതിവിടെ പ്പൂ വിടരുന്നതെ-
നിക്കായ് മാത്രം; ഇതിനുടെ മണമാരാ-
നറിയുകിലാമൂക്കരിയണം,
ഇവിടെസ്സൂര്യനുദിക്കുവ-

തെന്റെ കുരുന്നിലകൾക്കു ചുരത്തി-
യിനിപ്പു പകർന്നു കൊടുക്കാൻ മാത്രം.

അമ്മേ...! തമ്മിലടിച്ചു മുടിക്കുവ-
തിന്നായ്ക്കൈകളിൽ ഞങ്ങളെടുത്തതി-
രിമ്പു പൊടിച്ചു മുളപ്പിച്ചീടിന
ചാട്ടക,ളിവയുടെ ചീറ്റം കേട്ടു-
വിറയ്ക്കായ്കീ മഴ പെയ്തേ തീരൂ

കാറൊഴിയുമ്പോൾ, അമ്മേ ഞങ്ങൾ-
ക്കേകുക, ഹേ! വരദായിനി, നിൻമുല-
ചോരും വീര്യം, എരിഞ്ഞാളുന്നതി-
നെങ്ങടെ മുന്നിലൊരേയൊരു മാർഗ്ഗം
ഒരേയൊരു ലക്ഷ്യം
ഒരേയൊരരാതി,
ഒരു പൊതുശത്രു.
അമ്മേ, ഞങ്ങൾക്കേകുക വീണ്ടും
ഹേ! വരദായനി!
ഉറയൂരാത്തൊരു പൊതുശത്രു!

(1978)

## ഇന്ത്യ-1983

സമരങ്ങൾ, പരിത്യജനങ്ങൾ, മഹാ-
സഹനങ്ങൾ, തിളച്ചുരുകം പീഡകൾ
നെടിയനാളത്തെ പ്രതീക്ഷകൾ,നിരാ-
ശതകൾ, വാഗ്ദാനം, അവതൻ ലംഘനം-
ഒടുവിലൊക്കെയും തുടുത്തചോരയി-
ലൊരു നറുംപൂവായിതൾവിടർത്തവേ
ഇവിടെ സ്വാതന്ത്ര്യപ്പുലരിക്കൊപ്പം കൺ-
മിഴിക്കയായൊരു വിമാനത്താവളം.
ഇനിയെന്നും മുരണ്ടിറങ്ങും പുഷ്പക-
ങ്ങളിൽസ്സമൃദ്ധിയീ വിശന്ന മണ്ണിലും.
പുതുചൈതന്യങ്ങൾ തെളിമഴകണ-
ക്കണഞ്ഞുനാമ്പിടും വിളർത്തമണ്ണിലും.
കിനാക്കളിങ്ങനെ മിഴികളിൽച്ചുംബി-
ച്ചുറക്കിയുന്മേഷമുണർന്ന നാടിനെ.

### രണ്ട്

മിഴിതുറക്കവേ, കറങ്ങും പങ്കയോ-
ടതാ, വിമാനമൊന്നൊരുങ്ങിനില്ക്കുന്നു.
വളരെക്കാലത്തെ മനോവ്യഥകളും
ഭജനവും തീർത്ഥാടനവും നോല്മ്പുമായ്
ഒരുണ്ണിയുണ്ടാകെ, ക്കുലച്ചമുച്ചീർപ്പൻ-
കദളിവാഴക്കൂമ്പടഞ്ഞ തോട്ടത്തിൽ
അതിന്റെ തേനൂറും കുടപ്പനുമെന്തെൻ
സ്മൃതിയിലിന്നേരം പടല ചിന്നുവാൻ?

## മൂന്ന്

ഒരു മഹാരാജ്യം മുഴുവനും വാനിൽ
ചിറകുകൾ വിരിച്ചുയർന്നു പൊങ്ങുവാൻ,
അനന്തചക്രവാളവുമതിക്രമി-
ച്ചജയ്യതകളെ വരിച്ചണഞ്ഞിടാൻ
പുരോഗതിയുടെ പുതിയപാതയിൽ
വലതുകാൽപൊക്കിയൊരുങ്ങിനില്ക്കുന്നു!

## നാല്

ഇരമ്പുമാരവം, ദിഗന്തമൊക്കെയും
പ്രകമ്പനംകൊള്ളുമിടിമുഴക്കംപോൽ
വിദൂരകാന്താരദരികളിലുണർ-
ന്നലറിടുമീറ്റപ്പുലിതൻ വാടയോ?
അടിയിൽപ്പാതാളങ്ങളിൽ പ്രതിധ്വനി-
ച്ചുയരുമുച്ചണ്ഡപ്രളയഗർജ്ജനം?
ഇരുൾക്കടലിരച്ചുയർന്നു ചൂഴുംപോൽ
ചുറഞ്ഞുപൊങ്ങുന്നു പൊടിപടലങ്ങൾ.
പശുക്കൾ, പക്ഷികൾ സമസ്തവും പേടി-
ച്ചരണ്ടു കാറ്റിലെക്കരിയിലകളായ്.
വിറയ്ക്കുന്നൂ ഭൂമി, വിറപ്പൂ വിണ്ടലം
വിറയ്ക്കുന്നു തരുനിരകൾ, കോട്ടകൾ.
അടർന്നു കാറ്റത്തു ചുഴന്നുപോയ് പച്ച-
ക്കുരുന്നിലകൾ, വേർപിരിഞ്ഞ പുല്ലുകൾ.
അനുമതിയേകുമടയാളം, പൊങ്ങും
ടവറിൽക്കണ്ണുകൾ ചുവപ്പും പച്ചയും.
മിഴികൾ ചിമ്മവേ, ചെവിയിൽക്കൈവിരൽ
തിരുകവെ, ചൂളമലിഞ്ഞു തീരവേ
പൊടിയടങ്ങവേ, വിറകൊള്ളും സർവ്വം-
സഹയെൻ കാൽകെട്ടിപ്പിടിച്ചു മൂർച്ഛിക്കെ
വിമാനം നിശ്ചലം, പരിസരമാകെ-
യതീവ നിശ്ശബ്ദം, മരിച്ച പങ്കയും.
അതിൻ ചിറകിന്മേൽ കറങ്ങും പങ്കയിൽ-
പ്പറന്നടിച്ചരഞ്ഞൊരു കിളിത്തൂവൽ.

### അഞ്ച്

വിമാനം മുന്നോട്ടൊന്നനങ്ങീലെന്തതിൻ-
നിമിത്തമന്വേഷിപ്പതിന്നയയ്ക്കയായ്
വിദഗ്ദ്ധസംഘത്തെപ്പഠിച്ചു, വാസ്തവ-
സ്ഥിതിക്കുറിപ്പൊരുക്കുവാൻ, വിദേശത്തിൽ.
വിദേശയാനങ്ങൾ പലതുമാവർത്തി-
ച്ചിവിടെ വന്നമാത്യരെ വഹിച്ചുപോയ്.
വിദഗ്ദ്ധർതൻ മനീഷകൾ കടലാസ്സിൽ
വിയർപ്പായ്, രക്തമായ് ഒഴുകി വറ്റിപ്പോയ്.

### ആറ്

ദിവസവും ചീറിയലറി വിണ്ണോളം
പൊടി പറത്തി, ദിക്കുകൾ വിറപ്പിച്ചും
തളിരുകൾ കാറ്റിൽക്കൊഴിച്ചും ചീറ്റിയ
പുകയിലീനാടിൻ മിഴിനീർ വറ്റിച്ചും
തിരിയും പങ്കതൻ കറകറധ്വനി-
യറക്കവാളലകുതിരമൂറ്റിച്ചും
അടവുകളൊക്കെപ്പയറ്റിയെങ്കിലും
അനങ്ങുന്നില്ലിന്നും വിമാനമല്പവും.

### ഏഴ്

തരുനിര നിരാശ്രയം നഗ്നം വിണ്ണിൽ-
ക്കരിഞ്ഞ കൈത്തലമുയർത്തി നില്ക്കുന്നു.
നരച്ച സാഹസം ഗുഹകൾ തേടിപ്പോയ്
മുറിപ്പാടിൽ മിഴിതടഞ്ഞിരിക്കുന്നു.
ചുവപ്പും പച്ചയും വെളിച്ചമല്ലാതെ-
ന്തടയാളമുണ്ടെന്നറിയാനാകാതെ,
മരവിപ്പു ടവർ, നിലയറ്റാഴവേ
ജലോപരി പൊങ്ങും കരം കണക്കിനെ.

### എട്ട്

വിരലിനാൽ വെയിൽ മറച്ചു, പൈതലൊ-
ന്നകലെയുന്മുഖംമിഴിയൂന്നി നില്പൂ!

(1983)

## രാജശില്പി

**ക**രൾത്തട്ടിലാളുന്ന നാളങ്ങളിൽക്കൈ-
വിരൽത്തുമ്പമർത്തി,ത്തെറിക്കുന്ന വാക്കാൽ
ഉരയ്ക്കട്ടെ ഞാൻ നന്ദി നന്ദി!
നിനക്കായിരം നന്ദി നന്ദി!
മറ്റെന്തു ഞാൻ നിന്റെ
തൃക്കാല്ക്കലർപ്പിച്ചു നില്ക്കും?

താരങ്ങളെ,പ്പാളമേതും പിഴയ്ക്കാതെ-
പായും ഗ്രഹൗഘങ്ങളെ,ച്ചാരുവർണ്ണങ്ങ-
ളേറെ ജ്വലിക്കുന്ന നൂറായിരം
സൂര്യഗോളങ്ങളെ,
ചൂഴിലും പാൽപ്രകാശം പതഞ്ഞേന്തിടും
ദേവകുല്യാപ്രഹാവങ്ങളെ,-
ക്കാലനാഗങ്ങളെ,
പ്രളയതാളങ്ങളെ,
തരളലയഭംഗമിയലാതെ പരിപാലിച്ചു
പോരുന്നു നീ, നിന്നനാദ്യന്തമാം ശില്പ-
ശാലയിതിൽ നിർമ്മമം നോക്കിനിന്നീടിലും!

നിനക്കെന്തിനെൻ കത്തുമുള്ളിൻ തിളക്കം?
നിനക്കെന്തിനെൻ നന്ദിവാക്കിൻ കിലുക്കം?
ആകാശഗംഗാപ്രവാഹങ്ങൾ നിർമ്മിച്ചു-
പാലിച്ചിടും രാജശില്പിൻ!
നിനക്കീ വെറും ബുദ്ബുദം മാതിരിക്കുള്ളതാം
അർത്ഥങ്ങളില്ലാപ്പദംമാതിരിക്കുള്ളതാം

എൻതേരിതെങ്ങാൻ വെറും റോട്ടി-
ലാരങ്ങളൂരിത്തെറിച്ചാകിലെന്ത്?
ആകെത്തകർന്നാകിലെന്ത്?
ഒക്കെയും നിത്യ-
മാവർത്തനംചെയ്യുമാഴിപ്പരപ്പിൻ
തിരച്ചാർത്തിലെപ്പാൽപ്പതപ്പാഴ്ക്കലക്കം!

നിനക്കെന്തിനെൻ കത്തുമുള്ളിൻ തിളക്കം?
നിനക്കെന്തിനെൻ നന്ദിവാക്കിൻ കിലുക്കം?

ഓരോ ചുഴിക്കുത്തിലും
പാൽപ്പതയ്ക്കൊപ്പമായ്
നൂറു ഭൂമണ്ഡലം തീർത്തു
രാജിച്ചിടും രാജശില്പിൻ!
ഉരയ്ക്കട്ടെ ഞാൻ നന്ദി! നന്ദി!
നിനക്കായിരം നന്ദി! നന്ദി!
മറ്റെന്തു ഞാൻ നിന്റെ
തൃക്കാല്ക്കലർപ്പിച്ചു നില്ക്കും?

അച്ചാണിയൂരിത്തെറിച്ചെൻ രഥം പണ്ടു
ചുറ്റി, സ്വയം പാത തെറ്റി
സ്വബോധങ്ങൾ തന്നൂറ്റുവറ്റി-
ക്കൊടും കൂരിരുട്ടിൽ-
ഗ്ഗതപ്രജ്ഞമന്നൂളിയിട്ടൂ,
ദിനാന്തങ്ങളേറെത്തുടത്തും വിറച്ചും മരിച്ചൂ
പാറും മഴച്ചാറലേല്ക്കെക്കുളിർക്കുന്നപോലെ,
പണിപ്പെട്ടു നെഞ്ചത്തുനിന്നും
കരിമ്പാറ തെല്ലൊന്നുയർത്തുന്നപോലെ,
മിഴിപ്പോള മെല്ലെത്തുറക്കെ-
പ്പരിബ്ഭ്രാന്തമെൻ ചുറ്റുമാരൊക്കെയോ വീർപ്പടക്കെ,
കിടക്കുന്നു ഞാൻ നിൻ കരത്തിൽ,
തുളുമ്പുന്നു നിൻ കൺതടത്തിൽ!
സമസ്തങ്ങൾ ബന്ധങ്ങളും വേണ്ടപോൽച്ചേർ-
ത്തിണക്കി പുലർത്തും മഹാരാജശില്പിൻ!

ഉരയ്ക്കട്ടെ ഞാൻ നന്ദി! നന്ദി!
നിനക്കായിരം നന്ദി! നന്ദി!
മറ്റെന്തെനിക്കുണ്ടു
തൃക്കാല്ക്കലർപ്പിച്ചു നില്ക്കാൻ?

ചില നാൾകൾകൊണ്ടെന്റെ രഥമാകെയും പുതിയൊ-
രരുണപ്രഭാതം കണക്കെ,
പഴയപടി,യല്ലതിലുമേറെ ബലമാർജ്ജിച്ചു
പണിയാലതൻ വെളിയിലെത്തീ,
പുറത്തൊക്കെയും നിൻ കരാംഗുലികളേല്ക്കെ,-
ക്കുളിർത്തൂ;
മൃദുസ്പർശമെന്നെളിയജീവനിലുമൊരു ദിവ്യ-
ലയമേളനസ്വരമുതിർത്തു;
മിഴികൾ നിറയും നന്ദിമാത്രമായ്, തലകുനി-
ച്ചടിവെച്ചു തേരിനരികത്തണഞ്ഞതിലേറി,
വിനയാന്വിതം ചാട്ടയേല്ക്കെ,
ഇന്നും പടിക്കൽക്കറുത്ത നായ് ആയിരം
കണ്ണുകളുമായ്ക്കാവൽനില്ക്കെ,
കരളിൽപ്പണിപ്പുരയുണർത്തിടുമനാദിസുഖ-
പരിമളമെരിഞ്ഞു കുളിർവീശി!

ത്വത്ക്കരസ്പർശത്തിനാലിവിടെയഖിലവു-
മഴിച്ചുപണിതീടുമെൻ ശില്പിൻ!
ഉരയ്ക്കട്ടെ ഞാൻ നന്ദി! നന്ദി!
നിനക്കായിരം നന്ദി! നന്ദി!
മറ്റെന്തു ഞാൻ നിന്റെ
തൃക്കാല്ക്കലർപ്പിച്ചു നില്ക്കും?

ഇനി, നിന്റെ കരവിരുതുകൊണ്ടു പുതുതായൊരീ
രഥമേറിയെൻ യാത്ര തുടരാം,
മഹാരാജപാതകളുടെ വളവുകളിലൊക്കെയെൻ
മനസി, നിൻ സ്പർശസുഖശീതളിമ കത്തും!
ആരമിടമുറികിലിതു-
മറികിൽ ഞാൻ, നിന്റെ പണി-

യാലയതിലുടനെയെത്തിക്കും,
ഇനിയുമൊരഴിച്ചുപണി-
വയ്യെന്നുവരികിൽ, നിൻ-
കയ്യിലിതു തിരികെയേല്പിക്കും!

(1983)

## പാമ്പിൻകാവ്

**കൊ**യ്ത്തുകഴിഞ്ഞു കളങ്ങളിലാകെ-
പ്പുതുകഴമക്കതിർമണവു,മുണങ്ങും
വൈക്കോൽക്കൂനകളുടെ ചുടുവാടയു-
മുഴറിയിഴഞ്ഞുനടന്നു വളപ്പിൽ.
വേനൽച്ചുടുവെയിലല പാടത്തിൻ-
കരയിൽ കോവിലിൽ നിറയെത്തോരണ-
മാലകൾകൊണ്ടു വിതാനിക്കെ,പ്പുതു-
വീരാളിപ്പട്ടരയിൽ ഞൊറിഞ്ഞൊളി-
ചിതറിയുടുത്തൂ ദിക്കുകൾ, അരമണി-
വാരൊലിയെങ്ങുമുതിർത്തു ചിലമ്പിൻ
ചിലചില,മിടവഴിയൂടെയണഞ്ഞിടു-
മൊരുതുടികൊട്ട്, കുറുംകുഴൽവിളിയും.

അപ്പൊഴുതയൽപക്കത്തുയരുന്നിത-
നന്തഫണങ്ങളിൽ മാണിക്യവുമീ-
ണത്തൊടു വീണയുമൊപ്പം ഹുങ്കൃതി-
യിട്ടുയരും പുള്ളോർക്കുടവും നൂ-
റ്റാണ്ടുകൾ, ദിക്കുവിദിക്കുകൾ, പാതാ-
ളങ്ങൾ ദിവാനിശമുറയും പകയുടെ
തിക്തവിഷം പിളർനാക്കുകൾ തുപ്പിയു-
യർന്ന ദുരന്തപുരാതനകഥകൾ
സ്വാഗതമിന്നു തവാഗമമെന്റെ പു-
രാണകഥാമൃത ഗായകരേ! ചിര-

നൂതനരേ!യെൻതിരുമുറ്റത്തുമൊ-
രിത്തിരിനേരം പാടുക, വീണയി-
ലീണമിണക്കി,ക്കാൽപെരുവിരലിലു-
ടക്കി വലിച്ചുമുറുക്കിയ ചരടില-
ടിച്ചു കുടത്തിൽത്താളമുയർത്തി,യ-
തിൻ ലയമെഴുമൊരു നൂതനചരിതം.
പണ്ടു വളപ്പിന്നർബ്ബുദമായ്ക്ക[1]-
ണ്ടെന്റെ മഹാകവിയഗ്നികൊളുത്തിയ
പാമ്പിൻകാവുകൾ, 'ചിത്രോടങ്ങൾ' ചു-
റഞ്ഞുകിടന്ന സഹസ്രഫണീന്ദ്രർ
ഞങ്ങടെയുള്ളിലിരുട്ടുപടർത്തി വ-
ളർന്ന വിലങ്ങളിലിഴയും മണിനാ-
ഗങ്ങടെ, യണലികളുടെ കരിനിഴലുക-
ളെല്ലാമൊരുപിടിനീറായ്, വളമായ്.

ഉൾത്തൃഷയേറ്റുവരണ്ടൊരു ഭൂമിയി-
ലിത്തിരിപോലും മഴയെത്താതെ ത-
ടുത്തൊരു വേനനെ[2]നിഹനിപ്പതിനാ-
യിന്ദ്രധനുസ്സു കിഴക്കു കുലച്ചാൽ,
പിറ്റേ'ന്നായില്യക്കൊട'[3] നാളുകു-
റിക്കുക, സർപ്പപ്പാട്ടു കഴിച്ചേ
കിട്ടൂ മണ്ണിനു ദാഹജലത്തിനു
മഴയെന്നെങ്ങളൊടോതിയ കാലം,

---

1. ''അരിയവളപ്പിന്നർബ്ബുദമായാ-
സ്സർപ്പവനത്തെക്കണ്ടേൻ...''

-വൈലോപ്പിള്ളി (സർപ്പക്കാടുകൾ)

2. 'മഴ ഭൂമിയിൽ വീഴാതെ തടുക്കുന്ന വേനൻ എന്ന പിശാചിനെ നാഗരൂപത്തിൽ സങ്കല്പിച്ചിരിക്കുന്നതായും ആ നാഗത്തെ നശിപ്പിച്ച് ദേവേന്ദ്രൻ ഭൂമിയിൽ മഴ പെയ്യിക്കുന്നതായും' ഋഗ്വേദ പരാമർശമുണ്ട്.

3. പാമ്പുകൾക്ക് നല്കുന്ന വഴിപാട്. ആയില്യം പാമ്പുകൾക്കു വിശേഷം എന്നു സങ്കല്പം.

അരുവിയിലതിതർഷത്തോടൊരുകവിൾ
മോന്തുവതിന്നു കുനിക്കുമ്പൊഴുതതി-
ലൊഴുകും നീലജ്വാലകളേറ്റു പി-
ടഞ്ഞുമരിക്കും പശുപാലകരും
ഇനിയൊരു തെളിനീർക്കണിക കിടയ്ക്കണ-
മെങ്കിലനന്തഫണങ്ങൾ പടർത്തിയ
നിഴലഴിയാൻ വഴിപാടു കഴിച്ചു ഭ-
ജിക്കെന്നെങ്ങളൊടോതിയകാലം,
ഇദ്ധര കാലമഹാബ്ധിയിലാണ്ടു ന-
ശിക്കാതിതിനെത്താങ്ങി നിറുത്തവ-
തഫണിഫണമാ,ണതുപോലിത്തറ-
വാടും കെടുദാരിദ്ര്യക്കടലിൽ
പട്ടുമുടിഞ്ഞേപോകാതിതിനെ-
ക്കാപ്പതു സർപ്പക്കാവുകളതിനാൽ
നിത്യവുമവിടെ വിളക്കുകൊളുത്തിയി-
രുട്ടു വളർത്തേ പോന്നൊരുകാലം,

തുടുനിണമൊത്തു കൊഴുത്തൊരു കുരുതി ക-
ലക്കിക്കുമ്പിളിലാക്കിപ്പാലും
പഴവും പത്മമൊരുക്കി മുടക്കമെ-
ഴാതെ നിവേദിക്കണ,മതിനാൽത്തറ-
വാടിനു സന്തതി,യുണ്ണികളെവിടെ-
പ്പോകിലുമൂണിനുവഴി,സതിമാർക്കഴി-
വേതുമെഴാനെടുമംഗല്യവു-മുള-
വാകുവതെന്നുമുണർത്തിയ കാലം,

കൂരിരുൾ മൂടിയ വിശ്വാസങ്ങടെ
കാലം, അതൊരുപിടി നീറായ് വളമായ്-
മാറിയതുൾക്കൊണ്ടൊരു പുതുയുഗമീ
വേദിയിലീരില നീർത്തുകയായീ.
ഇനിയിതു നമ്മുടെയോരോ വീട്ടു വ-
ളപ്പിലുമേറെക്കൊമ്പുകൾ, ചില്ലകൾ,

തളിരുമിയന്നു വളർന്നിടു, മൊടുവിൽ
വിടർന്നിടുമേറെപ്പൂവും കായും.

കണ്ണു തുറക്കുകയായി നേരറി-
യുന്ന വെളിച്ചം കാവുകൾ വീട്ടിൻ-
മണ്ണിൽ വളർത്തി വരുംകാലത്തിൻ-
വിത്തുൾക്കണ്ണാൽക്കണ്ട പുരാണർ.
നിർണ്ണയമിവിടെ മനുഷ്യൻ കരയിലെ-
റിഞ്ഞൊരുമീനായ് വീണു പിടയ്ക്കും
തന്നൊടു സമമിമചിമ്മി മിഴിച്ചിടു-
മിലകളുമിങ്ങു വിരിഞ്ഞീലെങ്കിൽ
വേനൽച്ചൂടിലെരിഞ്ഞ തൃഷാർത്തന-
ടുക്കളവാതിൽ തുറന്നു, കിണറ്റിനു
കാവിലെ മരമടിവേരുചുരന്നു പ-
കർന്ന പയസ്സു കുടന്നയിൽ മോന്തി,
നിശിതം വെണ്മഴുവക്കയ്യുകളാൽ-
ത്തന്നെയെടുത്തടിവേരുമുറിപ്പാൻ
മുതിരും; നമ്മുടെ പൈതൃകമച്ചുടു-
ചോരക്കറ പുരളും മഴുവല്ലോ.

'ചിത്രോടങ്ങൾ' നിരത്താ,തന്തി-
ത്തിരിയും കമുകിൻ പൂക്കുല മാതിരി
നിർത്താതുറയും നാണങ്ങൾക്കായ്-
പ്പാലും നൂറുമൊരുക്കാതേയും
ഞാനെൻ വീട്ടുവളപ്പിൻ മൂലയി-
ലേറിയ കുതകം പാലിപ്പൂ ചെറു-
കാവൊ, ന്നതിലിളവേരടിമണ്ണിനു
നനവു ചുരത്തിടുമൊരു നീർമരുതും!

സ്വാഗതമിന്നു തവാഗമമെന്റെ പു-
രാണകഥാമൃതഗായകരേ! ചിര-
നൂതനരേ!യെൻ തിരുമുറ്റത്തു മൊ-
രിത്തിരി നേരം പാടുക, തൻ തുടു-

കാൽ വിരലുണ്ടുകിടപ്പു തൊട്ടിലി-
ലൊരു പുതുയുഗ,മിന്നതിനു കരിങ്ക-
ണ്ണേറു പെടായ്‌വാൻ പാടുക നാവേ,-
റോണപ്പുടവയുമരിയും നേടി.

സ്വാഗതമിന്നു തവാഗമമെന്റെ പു-
രാണ കഥാമൃതഗായകരേ! ചിര-
നൂതനരേ!യെൻ തിരുമുറ്റത്തു മൊ-
രിത്തിരിനേരം പാടുക! നമ്മുടെ
ഭൂമിയെയെന്നും പച്ചപ്പട്ടുട-
യാടയുടുപ്പി,ച്ചുള്ളിൽക്കനിവിൻ-
നീരുറവെന്നുമിയറ്റും മരുതുകൾ
ചൂഴും കാവിൻ നൂതനചരിതം!

(1984)

## ജന്മഗേഹത്തിലേക്ക്

**ഇ**നിഞ്ഞാനഴിച്ചു വെ-
ക്കട്ടെയീ മുഖം മൂടി
ജനിതാഹ്ലാദം ജന്മ-
ഗേഹത്തിൽത്തിരിച്ചെത്താം.

അമ്പലപ്പറമ്പിന്നു-
മപ്പുറം നെൽപ്പാടത്തിൻ-
തുമ്പിലെത്തോട്ടിൻ വക്കിൽ
കരിനൊച്ചികൾ പച്ച-
ക്കൊടി കാണിക്കും നീളൻ-
വരമ്പിൻ വളവോളം
മിഴിനീട്ടിക്കൊണ്ടുണ്ടാ-
മമ്മയുമ്മറത്തിപ്പോൾ.

വിണ്ണിലെ വെളിച്ചത്തിൻ-
വെൺമ മണ്ണിലെ നാനാ-
വർണരാജികൾ ചാലി-
ച്ചെഴുമുൺമയാണെന്നും,

നോവുതിന്നാകെച്ചോര-
യ്ക്കുമ്പൊഴുമന്യൻമാരിൽ-
ത്തൂകുമാർദ്രതയത്രേ
കുങ്കുമത്തുടുപ്പെന്നും,

നെറികേടിനു നേരെ-
യാളിടു മുടവാളിൻ

നിറപൗരുഷജ്വാല
    സൗവർണപ്രഭയെന്നും,

കർമത്തിൻ ഞാണിൽത്തൊടു-
    ക്കാത്ത വാക്കുകൾ ചീറി-
ച്ചെന്നു കേറിടുമുന്നം
    ഉള്ളിലെക്കറുപ്പെന്നും

തിരിനീട്ടാത്തോരെന്നുൾ-
    ക്കണ്ണിന്നു കാട്ടിത്തന്ന
മിഴിനീട്ടിക്കൊണ്ടുണ്ടാ-
    മമ്മയുമ്മറത്തിപ്പോൾ.

ഇനി ഞാനഴിച്ചുവെ-
    ക്കട്ടെയീ മുഖംമൂടി;
ജനിതാഹ്ലാദം ജന്മ-
    ഗേഹത്തിൽ തിരിച്ചെത്താം.

സോത്ക്കണ്ഠമെൻ കാൽവെയ്പ്പിൽ-
    ചെവിയോർക്കിലുമൊന്നും
കേൾപ്പതില്ലെന്നായ്പ്പൂമു-
    ഖത്തു നിർമ്മമമിപ്പോൾ.

മഴവിൽപ്പിടിയിട്ട
    ചക്രവാളത്തിന്നൂന്നു-
വടിയിൽക്കരമൂന്നി
    നില്ക്കുകയാവാമച്ഛൻ.

ഉൽക്കർഷേച്ഛയാൽ വാനിൻ-
    പത്രങ്ങൾ ബന്ധിക്കാമെ-
ന്നിച്ഛിക്കായ്കകത്തുള്ള
    കിളിയെ കൈവിട്ടെന്നും,

പുറത്തെത്തിളക്കത്തിൽ
    പ്രതിബിംബിക്കാം മാന്യ-
ത്തിറവെങ്കിലു, മന്ത-
    ശ്ശുദ്ധിയേ വരമെന്നും,

മനസ്സാക്ഷിതൻ മുന്നിൽ
   കുറ്റബോധത്താൽ അല-
കുനിച്ചു നിർത്തും കർമ്മ-
   മാചരിക്കരുതെന്നും,

കൊടിക്കൂറകൾ മാറാ-
   മെങ്കിലും നട്ടെല്ലൂരി-
ക്കൊടുക്കായ്കന്യർക്കിച്ഛ-
   പോലതു കെട്ടാനെന്നും,

എന്നധീരമാം പദ-
   ങ്ങളിലൂന്നിയൊരച്ഛ-
നങ്ങു നില്പ്പുണ്ടാം പൂമു-
   ഖത്തു നിർമ്മമമിപ്പോൾ.

ഇനി ഞാനഴിച്ചുവെ-
   ക്കട്ടെയീ മുഖംമൂടി
ജനിതാഹ്ലാദം ജന്മ-
   ഗേഹത്തിൽ തിരിച്ചെത്താം.

പ്രേക്ഷകർ കണ്ണും കാതും
   കൂർപ്പിച്ചിങ്ങിരിക്കുന്നു
ചക്രവാളാന്തം ഞാനീ
   വേദിയിൽ, വെളിച്ചത്തിൽ

ചോടുകൾ പലപ്പോഴും
   പിഴച്ചും, പറയേണ്ട
ചാടുവാക്കുകൾ മറ-
   ന്നന്തരാ വിഷമിച്ചും,

പിന്നിലെ മണിയറ
   പൂകി, വാക്കുകൾക്കൊപ്പി-
ച്ചെന്നുടെ മുഖംമൂടി
   ചമയങ്ങളും മാറി,

ഭൂഷകൾ പുതുതാക്കി-
   യണിഞ്ഞും ബഹുവിധം

വേഷമെത്രയാണര-
ങ്ങിണങ്ങും പടിയാടി!

അകലെ,ക്കടുംനീല-
ത്തിരശ്ശീലതൻ വക്കൊ-
ന്നിളകുന്നതുമാത്ര-
മിത്തിരികാണും മട്ടിൽ

മറഞ്ഞേ നിന്നൂ നിത്യ-
സംവിധായകൻ ഒരു
വിരൽ, മിന്നൽപോൽച്ചലി-
പ്പിച്ചെല്ലാം നിയന്ത്രിക്കെ,

പാളയിൽത്തുളക്കണ്ണും
കരിമീശയുമായി-
ട്ടാളുകളൊക്കെക്കൈയ-
ടിക്കെ, യന്നുലഞ്ഞാടി.

ചുട്ടികുത്തിയ മുഖം-
മൂടി, യാളുകൾക്കെന്തൊ-
രിഷ്ടമാണെന്നോ? ചാടി-
ത്തിമർക്കും രംഗങ്ങളിൽ

മുടിയും കിരീടവും
ചാഞ്ഞുപോകായ്‌വാൻ വായിൽ-
ക്കടിച്ചു പിടിക്കും ഞാൻ,
നാക്കു നീട്ടിയ പോലെ.

ചിലപ്പോൾച്ചേകോനായും,
കോമാളിയായും, മറ്റു-
ചിലപ്പോളരചനായ്,
കൊലപാതകിയായും,

മരമായ്, മാടായ്,ക്കാട്ടു-
പന്നിയായ്,പ്പിശാചായും
ഉരഗേന്ദ്രനായ്,പ്പത-
ഞ്ഞൊഴുകും കാട്ടാറായും,

അലറും തിരമാല
    മൂടിയ കടലായും,
അലയായ് തൂമഞ്ഞടി-
    യുന്ന പർവതമായും,

പുഴുവായ്,പ്പുല്ലായ്,ക്കല്ലായ്,
    ബ്ഭൂമിയായ്, നിദേഷ്ടാവിൻ
ഹിതകാരിയായ്, മുഖം-
    മൂടിയേകിയ വേഷം

കെട്ടിയാടിനേൻ; കാത്തി-
    രിക്കുമമ്മതൻ കണ്ണിൽ
വെട്ടമസ്തമിക്കാതെ
    നോക്കണ മിനിമേലിൽ.

സഹസ്രസഹസ്രാംശു-
    ക്കളിലാണച്ഛൻ; സർവം-
സഹയാണെന്നെക്കാത്തു-
    കാത്തിരിക്കുമെന്നമ്മ!

ഇനിഞാനഴിച്ചുവെ-
    ക്കട്ടെയീ മുഖംമൂടി,
ജനിതാഹ്ലാദം ജന്മ-
    ഗേഹത്തിൽത്തിരിച്ചെത്താം.

(1985)

# തമസോ മാ ജ്യോതിർഗമയ

ഇരുളിന്റെ പത്തിയി-
ലുണർന്നു നടനം ചെയ്തൊ-
രുദയമേ! ഹേ, വീരപുരുഷ![1]

''ഉണരുക, പിടഞ്ഞെഴു-
ന്നേല്ക്കുക, കുടഞ്ഞെറിയു-
കകലെയാലസ്യ'' മെ-
ന്നെങ്ങളുടെ നിദ്രയിലൊ-
രിടിമിന്നലിൻ ചടുല-
ചൈതന്യമായിയൊരു
തുടുതാരമായി നീ വന്നു!

മഹിയിൽപ്പിറന്നവർ-
ക്കൊക്കെയും സ്വാതന്ത്ര്യ-
മനിഷേധ്യജന്മാവ-
കാശമെന്നെങ്ങളോ-
ടരുളി നീ, നട്ടെല്ലി-
ലിഴയുവതു ശീലമായ്-
കഴിയവെയെണീപ്പിച്ചു
നിർത്തി നീ ഞങ്ങളെ.

ഇവിടെയിപ്പിറമണ്ണി-
നുള്ളിലെ വെളിച്ചങ്ങ-

1. സ്വാമി വിവേകാനന്ദൻ കൽക്കത്തയിൽ ഗൗർമോഹൻതെരുവിൽ 1863-ൽ ജനിച്ചു. 'ബിലേ' എന്നായിരുന്നു ആദ്യത്തെ പേർ. ബിലേ = വീരൻ. പിന്നീട് നരേന്ദ്രനും വിവേകാനന്ദനുമായി.

ളഖിലം കെടുത്തി-
യിരുളെങ്ങും പരത്തിയൊരു
വഴി കാണുവാൻ വെളിയിൽ
വെട്ടം തിരഞ്ഞലയു-
മിവരെ നീയുള്ളിന്റെ
വിളികൾക്കു ചെവി നല്കി
മിഴി നല്കിയടികൾ വെപ്പിച്ചു.

നാടിന്നുരുക്കിയൊരു
കാരിരുമ്പിൻ മാംസ-
പേശികളുരുക്കിൻ-
സിരാപടലവും, വാനി
ലിടനെഞ്ഞുവിരിയെ-
പ്പിടിക്കുമൊരു കുനിയാത്ത
മുടിയുമരുളാൻ കഴി-
ഞ്ഞീലെങ്കിലിരുളിലിതു
മുടിയുമെന്നുള്ളിൽ നീയറിയേ,

ഇവിടെ വന്നീ മഹാ-
സംഗമപയോനിധിയി-
ലൊരു ശിലയിലൂന്നിനി-
ന്നീമണൽത്തരികളെവെ-
ളിച്ചം കുടിച്ചു കുളിർ-
കാറ്റിന്റെ വിരലുകടെ-
യൊപ്പം ജപിക്കുന്ന
നിശ്ശബ്ദവനനിരയെ
അകലെ ഹിമനിരമൂടി-
യുയുരും പെരുംജടയെ-
യതിൽനിന്നുറന്നലറി-
യൊഴുകും ത്രിപഥഗയെയു-
മീക്ഷിയ്ക്കെ,യിവിടെയെരി-
വയറൊടലയുന്ന ജന-
ലക്ഷത്തിനപ്പമായ്-
ത്തീരുവതിനാശിക്കെ,

അലയടിയടങ്ങുന്ന
കടലിൻ ഗഭീരതയൊ-
ടിവിടെ നീ ധ്യാനനിരതം
കൂമ്പിനിന്നു!

**രണ്ട്**

ഇരുളിന്റെ പത്തിയി-
ലുണർന്നു നടനംചെയ്യു-
മുദയമേ! ഹേ, വീരപുരുഷ!

ഇവിടെയിത ഞങ്ങൾ നിൻ
തിരുമൊഴികൾ കാറ്റിന്റെ
ഗതിയിൽ വിതറി,-
ക്കാട്ടിലിന്നുമലയുന്നു.

പൊരുളുമറിയി,ല്ലതിൻ-
മൂല്യവും, സ്വാതന്ത്ര്യ-
മിവിടെ വഴിതെറ്റിവ-
ന്നെത്തി വരദാനമായ്.
ഏറെ മഴയേറ്റു നിറ-
മാകെയിളകിക്കുതിർ-
ന്നൂറിയിടചേർന്നൊലി-
ച്ചവഗണനതൻ കേതു-
വതിലാഞ്ഞടിച്ച,രികു
കീറിയിഴപിഞ്ഞിയെഴു-
മൊരു പഴന്തുണി കണക്കായി.

ഇവിടെയിത ഞങ്ങളല-
യുന്നു, കരളിൽക്കെട്ടു-
പുകയുന്ന തിരിയുയർ-
ത്തുന്ന കെടുവാട.
ചുഴലവുമുയർന്നെ-
ന്തധർമ്മവും മിഴികളിൽ-
ച്ചുഴികിലും പ്രതികരണ-
ശേഷിയില്ലാതായ്.

മാനുഷികമൂല്യങ്ങ-
ളഖിലങ്ങളും കള്ള-
നാണയം നേടുവതി-
നായ്ക്കടവു താണ്ടി.
പണമാണു മാന്യത-
യ്ക്കാധാര,മതുനേടു-
വതിനെന്തനീതിയും
ചെയ്കിലതു നീതി,
ഇവിടെയീ ഞങ്ങളുടെ
വിപണിയിൽ മനസ്സാക്ഷി-
യൊരു വെറും പാഴ്ച്ചര-
ക്കായ്,പൊതുനിരത്തിലെ-
ക്കൊലപാതകങ്ങളിൽ
പ്രാണൻ പിടയുന്ന-
തതികൗതുകം കിനിയു-
മൊരു പച്ചനെല്ലിക്ക-
യുടെ നീരോടൊപ്പം
നുണഞ്ഞാസ്വദിക്കുന്നി-
തൊരു കൊച്ചുപെൺകൊടി!

ഇരുളിന്റെ പത്തിയി-
ലുണർന്നു നടനംചെയ്യു-
മുദയമേ! ഹേ, വീരപുരുഷ!
ഇവിടെയഖിലം കൂരി-
രുട്ടാണിരുട്ടാണ്,
ഇവിടെയൊരു കുഞ്ഞിന്റെ
ചോരിവായ്ച്ചുണ്ടുകളി-
ലൊഴുകിടും വാത്സല്യ-
ധാരയിലുമമ്മതൻ-
നെഞ്ഞിലെയിനിപ്പ-
ല്ലിലച്ചാർത്തിലെപ്പച്ച
മഞ്ഞയായ് മാറ്റുന്ന നഞ്ഞാണ്.
ഇരുളിന്റെ പത്തിയി-
ലുണർന്നു നടനംചെയ്യു-
മുദയമേ! ഹേ, വീരപുരുഷ!

ഇവിടെയഖിലം കൂരി-
രുട്ടാണിരുട്ടാണ്.
ഇവിടെയകതാരിലൊരു
താരക തിളങ്ങിടും
ധിഷണയിലുമൊരു-
കുരലടപ്പിൻ വ്രണങ്ങൾ!

ഇരുളിന്റെ പത്തിയി-
ലുണർന്നു നടനംചെയ്യു-
മുദയമേ! ഹേ, വീരപുരുഷ!
ഇവിടെയഖിലം കൂരി-
രുട്ടാ,ണിരുട്ടാണ്.
ഇവിടെ യുവതലമുറക-
ളൊക്കേയുമന്യന്റെ
വിരലിലെ നിദേശത്തി-
നൊത്തു ചിന്തിപ്പവർ.
ഇവിടെ യുവചേതനയി-
ലെവിടെയും തനതാകു-
മൊരു മുഖച്ഛായ കണി-
കാണ്മതിനുമില്ല.

ഇരുളിന്റെ പത്തിയി-
ലുണർന്നു നടനംചെയ്യു-
മുദയമേ! ഹേ, വീരപുരുഷ!
ഇവിടെയഖിലം കൂരി-
രുട്ടാണിരുട്ടാണ്.
കൂരിരുളിൽ മാനവ-
മഹത്ത്വമടിയുന്നളവി-
ലാരക്തദീപ്തമുദ-
യാദ്രിയുടെ മുടിയിൽനി-
ന്നൊരു സിംഹഗർജ്ജനം
പോലെയിരുളലമുറിയെ-
യുണരുകി,ങ്ങൊരുനൂറു-
രവികിരണമായ്, കാല-
ചേതനയിലുയരുമൊരു

കാവ്യമായ്, അമ്മയുടെ
മടിയിലെയവന്ധ്യമാം
സ്വപ്നമായ്, ധരയിലെ-
യനാദ്യന്തധാരയുടെ
താളമായ്, ഞങ്ങളുടെ-
യാലസ്യമകലുമൊരു-
വാക്കിലെ ജ്വാലയാ-
യുയരുക വിളക്കിൻ
വിവേകമായ് നീ!
ഇരുളിന്റെ പത്തിയി-
ലുണർന്നു നടനംചെയ്യു-
മുദയമേ! ഹേ, വീരപുരുഷ!

(1985)

## താക്കോലുകൾ

**ഒ**ട്ടുമുൻപു മുകളിൽനിന്നു
പടിയിറങ്ങിവരുവതിൻ-
തൊട്ടുമുൻപിലോർപ്പു, കൈയിലുണ്ടത്.
കരമുയർത്തിയാലെടുത്തി-
ടാമിടത്തിലൊക്കെയും
തിരയൽ നിർത്തി, മിഴി വിയർത്തു,
കരളിനുള്ളിലഖിലരോടു-
മനിശമരിശമാർന്നു, മേനി-
വിറയെ,യെങ്ങുനിന്നു കിലുകി-
ലാരവം പൊടുന്നനെ?
കൈ കുടഞ്ഞെണീറ്റു വീണ്ടു-
മുഴറിയെങ്ങുമെത്തവേ,
വൈകിവന്നൊരതിഥിപോലെ-
യോർമ്മയകലെനില്ക്കവേ,
അടികളിടറവേ,
ചിന്ത ചിതറവേ,
മിഴികളിൽക്കറുത്തമഞ്ഞു-
നിറയുമംബരം മിനുത്ത
നിഴൽ വിരിക്കുമെൻ മനസ്സു മുഷിയവെ
ഇനിയുമെങ്ങു തിരയുവാൻ?

### രണ്ട്

ഒട്ടുമുൻപു മുറിയടച്ചു
മുകളിൽനിന്നു പോന്നതിൻ-

തൊട്ടുമുൻപി-
ലവിടെയെവിടെ വെച്ചുവോ?
എന്റെ വീടിതെന്റെ വീ-
ടിതിന്നകത്തു തടവിൽ ഞാൻ.
ഇതിന്നകത്തു കൂട്ടിനായി
നിറയെ നീണ്ടനിഴൽകളും.
ഇവയൊടൊപ്പമേകാനാ-
യീ വരാന്തയിങ്കൽ ഞാ-
നൊരു വിളർത്ത നിഴലുപോൽച്ചരിക്കവേ,
മുറികളെട്ടുമിറുകെ നീണ്ട-
തുടൽകളിട്ടു,തുടൽകളിൽ
കുറുകെയെട്ടു താഴുമിട്ടു പൂട്ടിയും
ജനൽകളൊക്കെയുള്ളിൽനിന്നു
കൈകൾ നീട്ടിയാഞ്ഞടച്ചു
കുറ്റിയിട്ടുമാണിരിപ്പ,-
തെന്തി,നാരു ചെയ്തതാവണം?
എന്തുവഴിയിതൊന്നിനിത്തുറക്കുവാൻ?

കരൾമിടിപ്പു കരതലങ്ങൾ-
കൊണ്ടമർത്തി നില്ക്കയാ-
ണിവിടെയീ മുറിക്കു മുൻപിലൊട്ടിട.
അരിയനൂപുരാരവം,
മൃദുലകങ്കണസ്വനം,
ചടുല പാദപതനതരളതാളമേളം,
മധുരമുരളികാവിലോല ഗാനം!

എവിടെ വെച്ചു വിസ്മരിച്ചു പോന്നു ഞാൻ?
തുടുതുടുത്ത ഗദ്ഗദങ്ങൾ
കൈപ്പിടിക്കകത്തൊതുക്കി-
യിടറുമടികൾ വെയ്ക്കവേ
ഹാ, തിരിച്ചറിഞ്ഞിടുന്നു ഞാൻ
കുളിർത്ത സൗരഭം കലർന്നി-
തിന്നകത്തുനിന്നുയർന്നു-
വന്നിടുന്ന തേങ്ങലും,

നനുത്ത താമരത്തുടുപ്പു-
പോൽ ഞരമ്പിലൂടവേ
പടർന്നു കയറിടുന്നൊരാ-
ശ്വാസഗന്ധലേശവും
എവിടെവെച്ചു വിസ്മരിച്ചു പോന്നു ഞാൻ
ഇവിടെയിനിയുമെത്രനേര-
മീയടഞ്ഞ വാതിൽ നോക്കി
മിഴിതുടച്ചു നില്ക്കുവാൻ?

**മൂന്ന്**

ഒട്ടുമുൻപു മുറിയടച്ചു
മുകളിൽനിന്നു പോന്നതിൻ
തൊട്ടുമുൻപു മറവിതൻ-
മടിക്കകത്തുവെച്ചുവോ?
ഒന്നു ചെന്നു നോക്കിടാം
എന്നു കരുതിയെത്തവേ,
കോണിവാതിലതിനിട-
യ്ക്കടച്ചുപോയതാരുവാൻ?
ഏഴു നിറമിയന്ന വളവെ-
ഴുന്ന താഴിതെങ്ങുനി-
ന്നൂഴിയോർമ്മപോൽക്കനത്തു-
തൂങ്ങിനില്ക്കെയിവിടെയി-
ന്നെന്തു വന്നു ചേരുവാൻ?

ഇതു തുറന്നു കിട്ടുവാ-
നിനിയുമെങ്ങു തേടണം?
അപ്പുറത്തെ മുറിയിലൊക്കെ-
യേതനർഘനിധികളാണി-
രിപ്പതെന്നറിഞ്ഞതാസ്വദിപ്പതി-
ന്നെത്രകാലമിനിയുമിവിടെ-
യിരുളിലൂടെയലയണം?

(1985)

## ഭ്രാന്തി

ഇവിടെയിത പെരുവഴിയിലലയുന്നു കൂരിരുൾ-
ച്ചുരുളലയിൽ നീൾച്ചിടയുലഞ്ഞു തീ ചിതറിയും,
തുടലുകളഴിച്ചുവിട്ടുഴറുന്ന കാറ്റിന്റെ
പതറുമടിവെപ്പിൽക്കലമ്പും ചിലമ്പിന്റെ
ഝിലു ഝിലു ഝിലാരവം തേങ്ങിയു,മനന്തമാം
തിരുവുടലിൽ മർത്ത്യന്റെ നെറികേടിനാലേറ്റ
മുറിവുകളിൽ നിന്നുതിരമുതിരുവതു നൂറുനൂ-
റുഡുനിരയിലുരുകിയുമുടഞ്ഞും ദിഗന്തങ്ങ-
ളുടെ വളവുതോറുമിഴയുന്ന നിഴലെന്നപോൽ
വെറുതേ വിതുമ്പിയും
അതിനിടയിലെന്തോ പുലമ്പിയും
ഇവിടെയിത പെരുവഴിയിലലയുന്നു, പടിവാതിൽ
പിറകിലടയെബ്ഭ്രാന്തിപോൽ പ്രകൃത്യംബ!

മുളവടിത്തുണ്ടുകൾ കരങ്ങളിൽ, തെറിവാക്കു
പുളയുന്ന ചുണ്ടുകളിലാർപ്പുവിളി, കണ്ണുകളി-
ലൊളിമിന്നി മറയുന്ന പക,തെരുവുപിള്ളരിത
പിറകെയോടുന്നു,
ഇവളെ വേട്ടയാടുന്നു.
പിറകിലെഴുമാസ്പത്രിയുടെ നോവു നീറ്റുന്ന
കെടുചോര പുരളുന്ന കുപ്പകളിൽ നിന്നു, കൈ-
വിരലിനാൽച്ചിക്കിച്ചികഞ്ഞെടുത്തൊരു ചരടിൽ
നിരയായ്ക്കൊരുത്തരയിലണിയുമൊരു കൂറയിൽ
ആളുന്നിതിവളുടെ നടുങ്ങുന്ന നഗ്നത!

അവിടവിടെയണുബോംബു പുകയും വ്രണങ്ങളിൽ
തലമുറകളുടെ കൂമ്പു കരിയെ,
അതിൽ നിന്നുറന്ന വിഷഗന്ധ-
മൊരുനാളുമഴിയാത്ത ശാപമാ-
യനവരതമിവളെയിത ചൂഴ്ന്നു കത്തുന്നു.
തലമുറകളിൽക്കൊടിയ മൃതിയുടെ ദുരന്തങ്ങൾ
വിതറിടും വിഷവാതകങ്ങളുടെ ചാറകൾ
ഇവിടെ, സകലംസഹയ്ക്കടിയിലുരുകും ഹൃദ-
ന്തരഗുഹയിലിരുളറകൾ
പണിതു, വായ് മൂടിയതിലാഴ്ത്തിയും,
ഇടയ്ക്കവെയി-
ലൊരുപൊളി തുറന്നു, നിണമൊഴുകുന്ന കോമ്പല്ലി-
ലിവളെയിതാ കോർത്തിഴയ്ക്കുന്നു.

മലമുടിയിലൊരു കരിംപാറയുടെ വിടവിൽ നി-
ന്നുണരുന്ന നൈൽനദിയി,ലമസോണിൽ,
മധുവൊഴുകിടും തെംസിൽ, വോൾഗയിൽ, സഗരകുല-
ദുർമൃതിയിലുദ്ഗതിയണപ്പതിനിറങ്ങിവ-
ന്നിവിടെയൊഴുകും പുണ്യഗംഗയിൽ
തലമുറകളുടെ ബീജമളിയുന്ന കാകോള-
മലകളിളകിത്തടമിടിച്ചു കുതികൊൾകെ,
അകലെയൊരു ചിത കത്തിയമരുന്നു, പച്ചമുള-
യുടെ നെടിയ കണകൊണ്ടു ചികയവേ നടുവറ്റു-
കരിയുന്നു കാലം; അകമെരിയുന്ന തലയോടു
പടിഞ്ഞായറായിയടിയുന്നു.

ഇവിടെയൊരു മാനവമഹാർണവം കടയുമള-
വിടയുന്ന മന്ദരദുരന്തതതിയിങ്കൽ നി-
ന്നിടറുന്ന ഹുങ്കൃതി ദിഗന്തം മുഴക്കവേ,
ഏഴുകടലിന്നടിയിൽ നിന്നുമുയരുന്നിതൊരു
ഘോരനിനദം, നെടിയമലമുടിയിൽനിന്നുമതു
കുതറിയൊഴുകുന്നു, നിറയുന്നു
ഏഴുവൻകരകളുടെ ഹൃദയതടമാകെ വെ-
ന്തുരുകിയുടയും കരിംപാറകളിൽ നീളെ.

ഇവിടെ ബഹിരാകാശമണ്ഡലമഹാശൂന്യ-
തലമാകെ മൃതിയുടെ കൊടുംനീലരശ്മികൾ
പുളഞ്ഞു നിറയുന്നു,
പാവമീയിളയുടെ കരൾത്തട്ടിലവയുടെ
നിയന്ത്രണച്ചരടുകളുടക്കി, നിജ-
സഹജരുടെ ചലനത്തിൽ
നിമിഷമിയലാതെ മിഴി-
നട്ടു, ചുരമാന്തിനിലകൊൾവൂ
നരനിലെയുറക്കമിയലാത്ത നരകങ്ങൾ.

ഇവിടെ മനുജൻ, തന്റെ കൊടിയ ദുരയാൽ, പ്രകൃതി-
യറിയാതെ തീർത്ത വിഭവങ്ങളുടെയെച്ചിലിൻ-
നിരനിറയുമൊരു വെറും കുപ്പയായ്, കെടുവാട-
കിനിയും ശ്മശാനമായ്ക്കുമിയുന്നു നീളെ.
തെളിനീരുറന്നു നിറയും പൊയ്കയഖിലവും
ഗിരിനിരയിടിച്ചു തരിയാക്കിയതു നീക്കി
വിരവൊടു നികത്തിയീബ്ഭൂമിയുടെ സമതുലിത-
നിലയിലെഴുമാണികളിളക്കി, യടിതെറ്റിയിവ-
ളലയുന്നു ശൂന്യതയിരമ്പുമീത്തെരുവിൽ.[1]
വേരു കരിയുമ്പൊഴുതുമിലകൾ വിഷമാകെയു-
ണ്ടിളയുടെ കിടാങ്ങൾക്കുയിർക്കുവതിനായ് പ്രാണ-
വായു ചഷകങ്ങളിൽ നിറയ്ക്കുന്ന തരുനിരയി-
ലെരിയുന്ന പച്ചനീരുരുകുന്നു; രാസവിഷ-
വഹ്നി ചുഴലം ചിതറി,യിടിമിന്നലുച്ഛ്വസിത-
നരകാഗ്നിനാളമായ്
ഇടിത്തീ വീഴും മിഴിക-
ളാളിയുമടുക്കുന്നിതന്തിമവ്യാളം.

അകലെയലയിളികിടും നീലത്തിരശ്ശീല-
യുടെ പിറകിൽ നിന്നൊരു കടുംതുടിയിലുണരുന്ന

1. മലകളെ നാം ഭൂമിയുടെ ആണിയായി താഴ്ത്തി ഉറപ്പിച്ചിരിക്കുന്നു; ഭൂമി ഇളകി ഓടാതിരിക്കാൻ = വിശുദ്ധ ഖുറാൻ.

ഡുമു ഡുമു ഡുമുസ്വനത്തിന്നു ചെവിയോർത്തുള്ള-
മറിയാതെ തുള്ളുമൊരു കുഞ്ഞാട്,
അതിൻ മിഴിയിൽ
നിഴലിച്ചിടും പ്രളയധൂളി ചിതറും ധൂമ-
കേതു; കരുവാളിച്ച മിഴിയോടെയനന്തമാം
പെരുവഴിയിലവസാനമൊരുതുള്ളി നീരിനായ്-
പ്പിളർചുണ്ടു നീട്ടിയുഴറുന്നിതിഭ്രാന്തി.
ഇവിടെയിത കൂരിരുളിലലയുന്നു, പടിവാതിൽ
പിറകിലടയെ, ബ്ഭ്രാന്തിയാം പ്രകൃത്യംബ.
ഇവിടെയിത കൂരിരുളിലലയുന്നു
കൂരിരുളിലലയുന്നു
കൂരിരുളി.......

(1986)

# കാലസൂത്രം

ദ്വാരകാപുരിയിൽപ്പൂഴി-
ത്തിരുമുറ്റത്തനാഥമായ്
കിടപ്പൂ മുകിൽവർണ്ണന്റെ
വേണു, വാടിയൊരോർമ്മപോൽ.

കടിച്ച കറുകത്തുമ്പു
വായിൽനിന്നൂർന്നു പോകവേ
മുഖം പൊക്കി,ക്കൺ നിറഞ്ഞു
നില്പ്പൂ ഗോകുലമൊക്കെയും.

ചിന്താമഗ്നമിടയ്ക്കൊട്ടു
നിന്നും, വീർപ്പിട്ടു, മാർത്തനായ്
കത്തുമുൽക്കണ്ഠയിൽച്ചുറ്റി-
നടക്കുന്നു സദാഗതി.

കോലക്കുഴലു, മാകാശ-
നീലവും മാറി നോക്കിയും
പാടാൻ മറന്നൊരു കുയിൽ
'നന്ദന'ത്തിലിരിക്കയായ്.

കാളിന്ദിയിൽച്ചലിക്കുന്നീ-
ലൊരു കൊച്ചല കൂടിയും
കടമ്പിന്നില കുഞ്ഞിക്കാൽ-
പ്പാടു തേടുന്നു പൂഴിയിൽ.

ഇതികർത്തവ്യതാമൂഢം
നിൽപ്പൂ രൈവതകാദ്രിയും.

പ്രതിധ്വനിപ്പൂ ദിക്കാകെ-
ദ്ദുശ്രവം മൂങ്ങ മൂളവേ.

വേണുമന്ദം, ലതാവേഷ്ടം
എല്ലാം സ്തംഭിച്ചു നിൽക്കവേ,
പിണ്ഡാരകമഹാതീർത്ഥം
അഗ്നിജ്വാലയൊഴുക്കവേ,

ജാതോൽക്കണ്ഠം കിടക്കുന്നി-
തകലെപ്പശ്ചിമാർണ്ണവം
കാല,മുദ്വേഗ മീക്ഷിക്കും
താപമാപിനി പോലവേ.

ഇടിമിന്നലിൽ നീറുന്ന
കദളിക്കൂമ്പു മാതിരി
അജ്ഞാതഹേതുകം വിമ്മി-
ക്കരയും പൈതൽ പോലെയും

പേടിസ്വപ്നം കണ്ടു ഞെട്ടി-
പ്പിടഞ്ഞുണരുമുള്ളൊടെ
ദൂരെ,യാമ്പാടിയാളുന്നി-
തൊന്നാകെയൊരു തേങ്ങലിൽ.

ഒന്നു മോതുന്നതിന്നാകാ-
തന്യോന്യം നോക്കി നിൽക്കയായ്
കണ്ണീരിറക്കിയും വൃന്ദാ-
വന വൃക്ഷങ്ങളൊക്കെയും.

കുശസ്ഥലിയിലെ സ്സർവ്വ-
ചേതനാചേതനങ്ങളും
വീർപ്പു മുട്ടിപ്പിടയ്ക്കുന്നു
ജ്വരമൂർച്ഛയിലെന്നപോൽ.

മഹാബ്ധി തന്നടിത്തട്ടും
നീലാകാശഹ്രദങ്ങളും
പ്രലപിച്ചുരുളുന്നല്ലീ
ജ്വരമൂർച്ഛയിലെന്നപോൽ?

രോഗാഗാരകവാടത്തിൽ
ധന്വന്തരി വിഷണ്ണനായ്
നിലത്തു നോക്കി നിൽക്കുന്നു...
കൃഷ്ണന്നസുഖമല്ലയോ?

സമസ്തശാസ്ത്രവിദിതം
മഹായോഗങ്ങളൊക്കെയും
പരീക്ഷിച്ചുകഴിഞ്ഞിട്ടും
കൃഷ്ണന്നസുഖമല്ലയോ?

ജ്വരം മൂർച്ഛിച്ചതാണെന്നു
നിർവിശങ്കം വിധിക്കിലും
ഫലിക്കുന്നീലൗഷധങ്ങൾ...
കൃഷ്ണന്നസുഖമല്ലയോ?

ജ്വരാങ്കുശങ്ങളിന്നേതും
വിചികിത്സയെഴാതെതാൻ
നൽകും നൈപുണി,യെന്നിട്ടും
കൃഷ്ണന്നസുഖമല്ലയോ?

“തപ്തജ്വരമിതൊന്നല്പം
തണുക്കുന്നതിനായിനി
പ്രയോഗവിധി നോക്കാതെ
ചെയ്യാനുണ്ടൊറ്റമൂലിക...”

വ്യാകുലപ്പെട്ടു തൻമുന്നിൽ
നില്ക്കും നാരദനോടിദം
ശങ്കാകുലം മുഖം പൊക്കി-
ധന്വന്തരിയുരയ്ക്കവേ,

ജിജ്ഞാസ തൻ ജ്വലന്നാള-
മായീ കൊട്ടാരമാകെയും.
കറ്റക്കുഞ്ഞിൻ കണ്ണിൽനിന്നു-
മുതിർന്നു ചുടുനീർക്കണം.

“കൃഷ്ണനെ പ്രാണനേക്കാളു-
മാരാധിക്കുമൊരാളിനെ

കണ്ടെത്തി,പ്പാദുകം കൂടാ-
തിവിടേയ്ക്കാനയിക്കുക''

രുക്മിണീദേവിതന്നന്ത-
പ്പുരത്തിൽശ്ശങ്കയെന്നിയേ
കൊടുങ്കാറ്റു കണക്കെത്തീ-
യുൽകണ്ഠാകുലനാം മുനി.

എണ്ണ വറ്റും വിളക്കായി,
പെയ്തടങ്ങുന്ന വാനമായ്
മുനിയെപ്പിൻതുടർന്നെത്തീ
ദേവി, നമ്രശിരസ്കയായ്.

''ഫലമില്ലൊറ്റമൂലിക്കും
പരശ്രവണമാത്രയിൽ...''
ദേവിതൻ പിറകിൽ ധന്വ-
ന്തരി വാതിലടയ്ക്കയായ്.

രോഗാഗാരകവാടത്തിൻ-
പുറത്തേറെ വിവർണ്ണനായ്
വിതുമ്പീ മുനി, നാക്കറ്റു
പുരവാസികൾ നില്ക്കവേ

നിമിഷങ്ങൾകക്കം തേങ്ങും
മിന്നൽക്കൊടി കണക്കിനെ
വാതിൽപ്പടിയി,ലിറ്റുന്നൊ-
രശ്രുവായ് നിന്നു രുക്മിണി.

പ്രാണനേക്കാളുമാരാധി-
ക്കുന്ന കൃഷ്ണന്റെ സന്നിധൗ
അനാദരമനുഷ്ഠിക്ക
ഗുരുനിന്ദയ്ക്കു തുല്യമാം.

രുക്മിണിക്കതു ചിന്തിക്കു-
ന്നതുപോലും മഹാഘമായ്
അന്തപ്പുരത്തിൽത്തൻ തോഴി
താങ്ങായിച്ചെന്നുചേരവേ.

വന്നു, പോയ് സ്സഖിമാർ താങ്ങി-
സ്സത്യഭാമ, കളിന്ദജ,
ഭദ്രയും, സത്യയും... ചെയ്വ-
തെമ്മട്ടി ഗ്ഗുരുനിന്ദനം?

പതിനാറായിരം പേരു-
മിമ്മട്ടാർത്തിയിൽ മുങ്ങവേ,
നിത്യനാരകദുഃസ്വപ്ന-
ദഗ്ധചിത്തർ വിതുമ്പവേ,

കാറ്റിൽച്ചിന്നിപ്പറക്കുന്ന
മുടി, യേതാണ്ടഴിഞ്ഞുപോയ്
മണ്ണിലൂർന്നിഴയും വെള്ള-
പ്പട്ടുപൂഞ്ചേല, കാൽത്തള

ചിലമ്പിക്കും ദീനനാദം
ചുടുകണ്ണീർപ്രവാഹവും...
ബുദ്ധിഭ്രമം പിടിച്ചാർക്കും
കാട്ടുപൂഞ്ചോല പോലവേ

രോഗാഗാരത്തിലേയ്ക്കാർത്ത-
മണഞ്ഞാളൊരു പെൺകൊടി.
ആരിത്? ആർ? എന്നു തേറാതെ
വിഭ്രമം കൊണ്ടു മാമുനി.

വൃന്ദാവനത്തിൽക്കണ്ണന്നു
കളിക്കൂട്ടായ്ക്കഴിഞ്ഞവൾ,
ശ്രീകൃഷ്ണപരമാത്മാവിൻ
മനഃശക്തിയുമായവൾ,

കരൾ ചീന്തിക്കാല്ക്കൽ വെച്ചു
കർപ്പൂരത്തരിയാകുവാൻ
വാർത്ത കേട്ടണയും രാധ...
കണ്ണന്നസുഖമല്ലയോ?

ധന്വന്തരി തുറക്കുന്നു
വാതിൽ; നാരദനപ്പൊഴും

തരിച്ചു നില്പ്പാണ്; എന്താണീ-
വ്രജബാലിക തൻ മതം?

"കാലസൂത്രത്തിൽ നീ ചെന്നു
പതിക്കും പാപം... എങ്കിലും
നിന്റെ കണ്ണന്റെ ജീവന്നു-
വേണ്ടി...." നിർത്തീ ഭിഷഗ്വരൻ.

"എന്റെ കണ്ണന്നായി ഏതു-
മഹാനരകവഹ്നിയും
നെഞ്ചേറ്റാനാകിലതിലും
മീതെയെന്തുള്ളൂ മുക്തി മേ?"

"ഏറെപ്പൊടിയണിഞ്ഞുള്ള
നിന്റെ കാൽ കഴുകീടുക;
താമരക്കുമ്പിളിൽത്തീർത്ഥ-
ജലമായ് ശ്ശേഖരിക്കുക

നൂറ്റൊന്നാവൃത്തി കണ്ണന്റെ
നെറ്റിയിൽ ധാര ചെയ്യുക!
ഉത്തപ്തമീ പ്രപഞ്ചൈക-
ജ്വരം നിൻ കൈകളാറ്റിടും."

പിണ്ഡാരകമഹാതീർത്ഥം
പുല്കിച്ചായുന്ന തെന്നലിൽ
ഏറെരാച്ചെല്ലവേ, വൃന്ദാ-
വനചന്ദനശീകരം!

(1986)

---

'കാലസൂത്രം' ഒരു മഹാനരകമാണ്. ഗുരുനിന്ദ ചെയ്യുന്നവർക്കുള്ളതാണ് ഇത് എന്നാണ് സങ്കല്പം. സഹ്യാതീതമായ ചൂടാണിവിടെ, സദാ.

നന്ദനം = ദ്വാരകയിലെ നാല് ഉദ്യാനങ്ങളിൽ ഒന്ന്. രൈവതകാദ്രി - ദ്വാരകാപുരിയുടെ കിഴക്കുഭാഗം, കോട്ടകണക്കെ, സംരക്ഷിച്ചുനില്ക്കുന്ന പർവ്വതം. വേണുമന്ദം, ലതാവേഷ്ടം - യഥാക്രമം വടക്കും തെക്കും ഉള്ള പർവ്വതനിരകൾ. പിണ്ഡാരകം - ദ്വാരകയിലെ ഒരു തീർത്ഥം. നൃഗന്ന് മോക്ഷം ലഭിക്കുന്നത് ഇവിടെ വെച്ചാണ്.

## പുകയുന്ന നാലുകെട്ട്

മുറ്റത്തിറങ്ങി നില്ക്കുമ്പൊഴേക്കും നാലു-
കെട്ടിലെ തീ മുഖത്താളുന്നു കൂരിരു-
ട്ടത്തുഴയ്ക്കും കിനാവള്ളി നീലപ്പുക-
ച്ചുറ്റുകളായി മേല്ക്കൂരയിൽത്തപ്പുന്നു.

കത്തിച്ച പന്തവുമായി വടക്കിനി-
ക്കെട്ടിൽനിന്നാരോ വരുന്നൂ പടിഞ്ഞാറ്റി-
യൂടെയീ നാലിറയത്തു വന്നാകാശ-
നീലിമ നോക്കിനില്ക്കുന്നൂ, നടുമുറ്റ-
സീമയിലെത്തിയ നക്ഷത്രമൈത്രയായ്-
നേരമെന്നോതുന്നതിന്നു കാതോർക്കയാം.

ആളും തുടുപ്പിൽച്ചുടുകൊലച്ചോറിന്റെ-
യാവി പൊങ്ങും മിഴിതൻ നിഴൽ പിന്നിലും,
പൊക്കണത്തിൽക്കണ്ണു ചിമ്മി,ക്കുടിപ്പക
പാൽപ്പൊടിയോടൊപ്പമീമ്പുന്ന പൈതലും.

തെക്കിനിത്തിണ്ണമേൽ മുത്തച്ഛനോർമ്മതൻ-
തെറ്റുപോലൊട്ടിടംചാഞ്ഞിരുന്നീടവേ,
തെല്ലു നനഞ്ഞിരിക്കുന്നുവോ കൺതടം?
അല്ല, വട്ടക്കണ്ണടച്ചില്ലിലീർപ്പമോ?

ഇത്തറവാടിൻ വടക്കിനിയിങ്കൽനി-
ന്നെത്തുന്നു തെക്കിനിയിങ്കൽ, മുത്തച്ഛന്റെ
കാൽക്കൽ,ത്തളരും കിടാങ്ങ,ളവരുടെ
നേർക്കഭയാർത്ഥികളെന്നനുകമ്പതൻ

വാൾത്തല നീളുന്നു; കുപ്പതൻ തിണ്ണമേൽ
കിണ്ടിയിൽക്കണ്ണീർക്കണം പോൽ നുരയിട്ടു-
പൊന്തുന്നുതിരം; ചുടുന്നു പാതാമ്പുറം.

പൂമുഖത്തപ്പോൾ പതുങ്ങിയണയുന്നു
തൂണിൻനിഴലിൽപ്പദങ്ങൾ വെയ്ക്കുന്നതു-
പോലുമോരാ, തയൽപക്കത്തുനിന്നു, പിൻ-
വേലിയിൽ നൂത്തയുണ്ടാക്കി, നിശ്ശബ്ദമായ്.

പിന്നിൽപ്പിടിച്ച കൈക്കുള്ളിലെ ടൈംബോംബു
മെല്ലെയാച്ചാരുകസേരതൻ കീഴിലായ്
വെയ്ക്കുന്നു; പിന്നെക്കസേരത്തുണിക്കോലു-
തക്കത്തിലൂരിയെടുത്തു പിൻവാങ്ങുന്നു.

ഉമ്മറത്തേക്കഭയാർഥികളെക്കൊണ്ടു-
വന്നു മുത്തച്ഛനെടുത്തിടും ഭാഗപ-
ത്രങ്ങൾ, തൻ കണ്ണടയൂരി മിഴിതുട-
ച്ചൊന്നിരിക്കും... തുടുത്താളും കിനാവുകൾ...

(1990)

## പാപനാശിനി

മക്കൾ ചെയ്യും മഹാപാപകർമ്മങ്ങളെ-
യൊക്കെയും ആർദ്രത തൻ കണ്ണുനീരക-
ത്തട്ടിൽച്ചുരത്തിത്തിളയ്ക്കുന്ന നെഞ്ചിലേ-
ക്കേറ്റു വാങ്ങീടുന്നൊരമ്മയെപ്പോലവേ
അന്തസ്സലിലയായ്, ചുട്ടുപൊള്ളും മണൽ-
ക്കമ്പിളികൊണ്ടു പുതച്ചും, ഒളിയറ്റ
കൺകളിൽപ്പോയകാലത്തിൻ നിലാവല-
ച്ചന്തമോർമിച്ചും ഉണങ്ങി മെലിവാർന്ന
നീൾവിരൽത്തുമ്പാൽ നരച്ച മുടിയിഴ
വേറെടുത്തുംകൊണ്ടിരിപ്പൂ നിളാനദി!

കാലം കെടുത്തും തിരിത്തുമ്പിലെ പ്രാണ-
നാളത്തിനെണ്ണ നനയ്ക്കുവാനാകാതെ
ശ്രീകോവിലിൽപ്പിറകോട്ടു തുറക്കുന്ന
വാതിൽപ്പൊളിയിലുടക്കും മിഴിയോടെ
നില്ക്കുന്നു നാവാമുകുന്ദൻ. നിലപാടു-
നില്ക്കും തറക്കല്ലിളക്കുന്നു ചുറ്റിലും
കാണാനരുതാത്ത മുഷ്ക്കരനായ കാ-
റ്റോടി നടക്കയാണാലിലത്തുമ്പുകൾ-
ക്കാവേശമേകാനവകളെച്ചൊല്പ്പടി-
ക്കാടിക്കുവാനൊച്ചവെച്ചു തുള്ളിക്കുവാൻ.

ചുറ്റിപ്പറന്നു കരഞ്ഞു വിളിക്കയാ-
ണിപ്പൊഴും കാക്കകളാരെയോ താഴത്തു
പൊള്ളും മണലിൽച്ചുടുചോര ചിന്തുന്നൊ-
രുള്ളും പുറവും തുടിക്കെബ്ബലിക്കാക്ക-

യെത്താത്തതാത്മകർമ്മങ്ങളിലോരാതെ
കൃത്യവിലോപം പിണഞ്ഞതാകാമെന്നു
ദുഃഖാർത്തരായ്ക്കണ്ണുയർത്തുന്നൂ, കൈയുകൾ
കൊട്ടിത്തളരുന്ന കർമികൾ; നിർമമം
നില്ക്കുകയാം കർമസാക്ഷി; തൻ കൈക്കുമ്പൊ-
രല്പം നിവർത്തിച്ചുരുണ്ടു മടിഞ്ഞൊരു
വെറ്റിലയ്ക്കുള്ളിൽത്തളരുന്ന കൺകൊണ്ടു
തപ്പുന്നു കാർമികൻ; തങ്ങളറിയാതെ-
യൊട്ടറിഞ്ഞും ചെയ്ത തെറ്റിൻ പ്രതിവിധി-
യായി മന്ത്രോപേത[1]മർപ്പിച്ച ദക്ഷിണ-
യേതിലും മീതെയെന്നോരുന്ന ദീനത!
പാറിക്കിടക്കുന്നു വാടിയ നാക്കില-
ക്കീറ്; ബലിച്ചോറു ചുറ്റും ചിതറവേ
നേർത്ത മിഴിനീരുപോലൊഴുകീടുന്ന
നീറ്റിൽപ്പവിത്രമഴിഞ്ഞു തേങ്ങീടവേ,
ചൂളമടിക്കും മണൽപ്പരപ്പിൽ കാറ്റു
വാളലകെന്നകണക്കു പുളയവേ,
കൈക്കുമ്പിളിൽപ്പിടയുന്നൂ നിലവിള-
ക്കൊപ്പം കരിയും തിരിതന്നെരിമണം.
കൺതടം കത്തിക്കരിന്തിരിപ്പാടെഴും
കൽവിളക്കേന്തിയ കന്യകൾ ഗോപുര-
വാതിൽക്ക'ലാരോ വരും വരും' എന്നതാ
കാതോർപ്പൂ, കാനൽനീരേന്തുന്നു ചുറ്റിലും.

ഈറൻ പിഴിയാതെയിറ്റും മനസ്സുമായ്
കേറീ കടവിൻ പടവുകൾ; അപ്പൊഴും
-വൈകി വന്നെത്തിയതാവാം, മനഃശാന്തി
കൈവരാതാരോ കറുകതൻ തുമ്പത്തു
നീരു വീഴ്ത്തുന്നു, മൃതാത്മാക്കൾതൻ ദാഹ-
മാറിയെന്നുള്ളിലുറവു പൊട്ടും വരെ
കല്പ്പടവിൻമേൽ നമസ്ക്കരിച്ചീടുന്നൂ
സാഷ്ടാംഗം; ആണ്ടുബലിയിടും കൈയിനും

1. 'സർവ പ്രായശ്ചിത്തമിദം ഹിരണ്യദാനം....'

സാക്ഷിയായ് ഭ്രാന്തു പുലമ്പും നിള തന്റെ
മാർത്തട്ടിലേല്ക്കുന്നിതെല്ലാവ്യഥകളും.
നീരുണങ്ങി,ക്കവിളൊട്ടിയങ്ങിങ്ങൊട്ടു-
കീറിയൊരോർമ്മ നനച്ചുമുണക്കിയും
ഇങ്ങിരിപ്പൂ, വീണ്ടും ആണ്ടു ബലിയിടാൻ
വന്നിടേണ്ടാരും നികടത്തിലെന്നു നീ
പിണ്ഡമുരുട്ടും മനസ്സുകൾക്കേകുന്നു
ചന്ദനലേപം നിളേ, പാപനാശിനി!

നാളെ നിൻപേരുരുവിട്ടു ദർഭത്തുമ്പിൽ
നീരു വീഴ്ത്താനുമാരാനുമെത്തീടുമോ?

(1990)

## വാനപ്രസ്ഥം

**പാ**തിരയിൽ നമ്മുടെയുറക്കം നിറമിഴി-
ക്കോണുകൾ തുടച്ചു പടിവാതിലും ചാരവേ,
ഉള്ളിലൊരു മഞ്ഞണിമഹാഗിരിയിൽനിന്നു തിള-
വെള്ളമായ് ഉരുകുമുറവൊഴുകിപ്പരക്കവേ,
ഇടറുന്ന കരളിലെപ്പുള്ളോർക്കുടത്തിന്റെ
ചരടിൻ തിറമ്പൽ വിരലൂന്നിയടക്കവേ,
പകലുമിരവും നിറം വാർന്ന കീറപ്പഴ-
ന്തുണികൾപോൽ മുറ്റത്തൊരറ്റത്തു കുമിയവേ,
നീയൊഴുക്കറ്റനദിതന്നടിക്കണക്കെന്റെ
ചാരത്തു നീരവമൊതുങ്ങിക്കിടക്കയായ്...

കൈയിൽ നിൻകൈത്തലമെടുത്തു വിരൽകോർത്തെന്റെ
നെഞ്ഞത്തു ചേർത്തിരുളുനീർത്തിപ്പുതച്ചു ഞാൻ.
പടിവാതിൽ ചാരിയടിവെയ്ക്കവേ പിന്തിരി-
ഞ്ഞറിയാതെയൊരുഞൊടി വിറക്കൊണ്ടു നിന്നുവോ?
വെറുതെയൊരു തോന്നൽ! പല നാളിൽ നാമൊരു പോള
മിഴിയടച്ചീലെന്നുറക്കമറിയുന്നുവോ...
അറിയാതിരിക്കട്ടെ; സഖി! നമ്മൾ തൻ വ്യഥക-
ളിതരന്നു മുൾമുനകളാകരുതു വഴിയിൽ.
വ്യഥയെന്നുരപ്പതും വെറുതെ;യതിനൊന്നുമി-
ല്ലധികാര,മെങ്ങനെ മറക്കുമിന്നലെകൾ നാം?
ചെറുകാറ്റു വീർപ്പുയർത്തുന്നുവോ നിന്നിൽ? നിൻ
കരളിനിയുമോളംതുളുമ്പിയിളകുന്നുവോ?
പണ്ടു കാലത്തിന്റെ താളിൽ നാമോർമ്മയ്ക്കു-
വേണ്ടിത്തിരുകി സൂക്ഷിച്ചൊരു മയിൽപ്പീലി

ആയിരം തവണ നാമൊരുമിച്ചെടുത്തു വെയിൽ
കാണാതൊളിപ്പിച്ചു നോക്കിയതു,മതിലേറെ
നാമിരുവരന്യോന്യമറിയാതൊളിഞ്ഞതിനു
നീലവാനത്തിന്റെ വക്കുപോൽ ചെറുപീലി
പെറ്റു പെരുകുന്നതു നിരീക്ഷിച്ചതും മങ്ങ-
ലൊട്ടുമിയലാതെ വിടരുന്നില്ലി നിന്നിലും?

മറവിയിൽ മുഖം താഴ്ത്തിവെയ്ക്കായ്ക; നമ്മളുടെ
ചെറു പൈതലിൻ ചിറകൊരിത്തിരി കനക്കെ
അവനു ഗഗനത്തിന്റെ നീലിമയളക്കുവാൻ,
തിരിയെ വരുവാൻ വേണ്ടുമുയരങ്ങൾ തേടി നാം
അകലെയൊരു ചില്ലയിൽക്കൂടുതീർത്തതിലേയ്ക്കു
ചിറകുകൾ കുടഞ്ഞു നീർത്തിപ്പറന്നീലയോ...

ഏതു പൊരിവെയിലിലിലും വാടാതെയുണ്ടു നീ
കൂടെയെന്നൊരു നിലാവലയുള്ളിലൊഴുകെ,
അതുവരെ വിടർന്നു കാണാത്ത, നിഴൽ വീശാത്ത
പുതു ചക്രവാളമുണ്ടകലെയെന്നറികെ
പിന്നിലൊരടുപ്പണഞ്ഞാറിയ, തുറക്കമെ-
റ്റുമ്മറത്തിരുമിഴിയടഞ്ഞതുമറിഞ്ഞോ...?
ഇരുളിന്റെ ഗോപുരകവാടത്തിലേ നമു-
ക്കറിവുദയകിരണമായുള്ളിൽ വിടരുന്നു;
എങ്കിലും, മണലിലെൻ കാലടി തിരിച്ചറി-
ഞ്ഞിങ്ങണയുമീയാത്ര വീണ്ടുമിടയായാൽ
വെറുതെയൊരു തോന്നലല്ലറിക, സഖി! നീയെന്റെ-
യരികിൽ മരുവുന്നതെൻ ജീവനു വെളിച്ചം!

ആജന്മദീർഘതപമാചരിച്ചതിൽനിന്നു
നേടിയൊരു പുരുപുണ്യമഖിലവുമൊരുക്കി
ഇവിടെ നടുമുറ്റത്തു പതിവായ് വരും സൂര്യ-
കിരണം തുളുമ്പിടുമൊരാർജവ മിണക്കി,
ഹൃദിനിറയുമാശിസ്സ്സാടരുളി മക,നന്നുനാ-
മതിനവനു തോളുകൾ കനത്തുവെന്നറികെ.
പകലുമിരവും നൂറു നിറമാർന്ന മാരിവിൽ-
ക്കൊടികളായ് വീട്ടിനകമൊക്കെയും നിറയെ

നാമിവിടെ വേർപ്പുകണമൂറ്റി വിരിയിച്ചൊരാൺ-
പൂവിതൾ കൊഴിഞ്ഞുണ്ണി കണ്ണുകൾ തുറക്കെ,
അറിയാതെ മോഹിച്ചു വെറുതെ നാം നാളെയവ
കനിയായി വേനലിലവന്നമൃതമാകും!
അതിലെയൊരു വിത്തു മൂപ്പെത്തി മുള പൊട്ടും,
വളരു,മവനന്നു വേർപ്പൊഴുകു,മവ പൂക്കും!
ഉണ്ണികൾ വിരിഞ്ഞു കനിയാകുമവസാനം
നമ്മുടെ തൃഷയ്ക്കതു തിലോദകമൊരുക്കും.

മന്നിലീ മർത്ത്യനു കിനാവിന്റെ ചിറകിൽ-
ച്ചിന്നിയ പരാഗമാണെന്നുമൊരു പൊറുതി
അകലെയൊരു ചില്ലയിൽക്കൂടുതീ,ർത്തിണതൻ
മിഴിയിൽ മഴവില്ലുകൾ വിടർന്നു കതിരാകെ
പടിവാതിൽ ചാരി മിഴി താഴ്ത്തിയടിവെയ്ക്കെ
അറിയാതെയൊരുഞൊടി വിറകൊണ്ടു നില്ക്കെ
കരളിലൊരു വാതിൽ തിരുകുറ്റിയിൽത്തേങ്ങിയതു-
മവരറിയുകി,ല്ലടുപ്പാകെത്തികന്നതും
അറിയാതിരിക്കട്ടെ സഖി! നമ്മൾതൻ വ്യഥക-
ളിതരന്നു മുൾമുനകളാകരുതു വഴിയിൽ...

വ്യഥയെന്നുരപ്പതും വെറുതെ! നിൻ വിരലെന്റെ
വിരലുകൾക്കിടയിൽ വിറകൊൾവതറിയുന്നു...
ഇവിടെ നാമൊരുമിച്ചു വന്നതല്ലീ, നിന്നെ-
യൊരുവനെയുമേല്പ്പിച്ചു പോവില്ലൊരിക്കലും.
തോഴി! നീയറിക നമ്മൾക്കു നാമല്ലാതെ
ഈ വനിയിലില്ല മറ്റാശ്രയമൊരാളും.

## ചെരിപ്പ്

'വീട്ടിന്നകത്തു നടക്കുന്ന പോലെയ-
ല്ലാസ്പത്രിമുറ്റത്തെക്കോപ്രായങ്ങൾ
കാലൂന്നിടുന്നിടത്തൊക്കെയും വൃത്തികേ-
ടോരോന്നു കാണും, ചവിട്ടിയാലോ...
ചപ്പും ചവറും വലിച്ചിടും, കാർക്കിച്ചു-
തുപ്പും നടക്കും വഴിക്കുതന്നെ
എന്തൊക്കെയോ മഹാവ്യാധികളുള്ളവ-
രുണ്ടാകുമമ്മട്ടാണാശുപത്രി.
കാലിൽച്ചെരിപ്പൊന്നുമില്ലാതെയങ്ങൊരു-
കാലത്തുമാരും നടക്കുകില്ല
"ആശുപത്രിക്കു പോകുമ്പൊഴുതമ്മയ്ക്കു
കാലിലിന്നീച്ചെരിപ്പിട്ടുകൂടേ?"

അക്ഷരം പേർത്തു വായിക്കുവാൻ കൺകൾക്കു
ശക്തിയില്ലാതെയായെന്നു ചൊല്കെ
കണ്ണട വാങ്ങിച്ചു നല്കിടാം ഡോക്ടറെ
ചെന്നൊന്നു കാണിച്ചിട്ടെന്നുനണ്ണി
പോകാൻ തുടങ്ങവേ, ശങ്കിച്ചുകൊണ്ടു ഞാൻ
ചോദിച്ചിതമ്മയോടിപ്രകാരം:
"ആശുപത്രിക്കൊന്നു പോകാ, മശണ്ടക-
ളേറെയുണ്ടീച്ചെരിപ്പിട്ടുകൂടേ?"

കല്ലും, ചുടുനിണം ചിന്തും നിശിതമാം
മുള്ളുമെള്ളോളവും കൂസിടാതെ
ആജന്മമമ്മ ചവിട്ടിനടന്നതാ-
ണീദീർഘജീവിത ദുർഘടങ്ങൾ

ആയിരം പൂർണ്ണ ചന്ദ്രോദയം കണ്ടതാ-
ണാമിഴികൾക്കെഴുമുൾത്തിളക്കം
രാമായണം വെള്ളെഴുത്തെന്നിയേ നിത്യ-
പാരായണം ചെയ്തു പോന്നോളമ്മ
ഇന്നാ മിഴികളിലക്ഷരം കാണുവാൻ
കണ്ണട വേണമെന്നായ്ക്കഴിഞ്ഞു.

ഒന്നു കാണിക്കാം വിദഗ്ദ്ധനാം ഡോക്ടറെ-
ത്തന്നെയെന്നോർത്തു പുറപ്പെടുമ്പോൾ
ചോദിച്ചേനമ്മയോ,''ടാശുപത്രിക്കിന്നു
പോകുമ്പോഴിച്ചെരിപ്പിട്ടുകൂടെ?''

ഏറെ നേരം കണ്ണിലൂറും വിഷാദവു-
മായെന്റെ നേർക്കമ്മ നോക്കിനിന്നു
പിന്നെത്തുളുമ്പിത്തുളുമ്പിയീയക്ഷരം
ചിന്നീ ചുഴലം: ''ചെരിപ്പിടുമ്പോൾ
മണ്ണിലല്ലല്ലോ ചവിട്ടി നിന്നീടുന്ന-
തെന്നു തോന്നുന്നു, ഞാനെന്തു ചെയ്യും?''

ഏഴു പാതാളത്തിലെന്റെ കാൽക്കീഴിൽനി-
ന്നൂഴി തെറിപ്പൂ ചെരിപ്പോടൊപ്പം.

(1991)

## ഇരുണ്ട ചോര

ഏൺപതു കഴിയുമ്പോ-
    ളൊരുപോലാണല്ലോ നാം
ഇമ്പമാമെല്ലാറ്റിന്നും
    കൊച്ചുകുട്ടികളേപ്പോൽ!

മുറ്റത്തെച്ചെടിച്ചില്ല-
    യിതൾ നീർത്തിയാലുള്ളം
മുറ്റുമാമോദം കുഞ്ഞി-
    ക്കാറ്റിലും തുളുമ്പിക്കും;
ഒരു പൂമ്പാറ്റപ്പുള്ളി-
    ച്ചിറകിൻ മിനുപ്പിൻമേൽ
ശരദംബരനീല-
    സാഗരരോർമികൾ നീർത്തും;
ഓർമതൻ തിര തല്ലി-
    യടങ്ങിത്തൂമുത്തെല്ലാ-
മൂർന്നുപോയ്ച്ചിന്നും കക്ക
    പെറുക്കിത്താലോലിക്കും;
വീട്ടിലും തനിച്ചെന്ന
    തോന്നലാൽ, ഇറങ്ങിപ്പോയ്
കൂട്ടുകൂടിടും പാറും
    ചപ്പിലക്കിളിയോടും;
പോക്കുവെയ്‌ലിലെപ്പൊന്നിൻ
    കമ്പികൾക്കായ് വേലിക്കൽ
കാത്തുനിന്നീടും തൂവൽ-
    ത്തുമ്പിലെത്തുടുപ്പായി;

അയൽവീട്ടിലെക്കളി-
    മ്പങ്ങളെയെല്ലാം വിളി,-
ച്ചവരെക്കടംകഥ-
    യോതി,യച്ചു മൂളിക്കും,
നെറ്റിയിൽക്കരം ചേർത്തും
    പുരികം ചുളിച്ചും കൊ-
ണ്ടെത്ര നേരവും നില്ക്കും
    നീടെഴും വഴി നോക്കി...

എൺപതു കഴിയുമ്പോ-
    ളൊരുപോലാണല്ലോ നാം,
ഇമ്പമാണെല്ലാറ്റിന്നും
    കൊച്ചുകുട്ടികളേപ്പോൽ...

### രണ്ട്

മുത്തച്ഛൻ, പകൽക്കിനാ-
    വിൽച്ചിറകൊതുക്കുന്ന
കൊച്ചുതുമ്പിതൻ വാലിൽ-
    ക്കണ്ണും നട്ടിരിക്കുന്നൂ
അപ്പുറത്തൊരു കൂട്ടു-
    കാരനുണ്ടനങ്ങാതെ
ഒച്ചയുണ്ടാക്കാതിരു-
    ന്നിടത്തെക്കൈവെള്ളയിൽ
ഒരു വെള്ളാരംകല്ലു
    വെച്ചതു വലംകൈയിൽ
പിടയും കുരുന്നിന്റെ
    കൈകളിൽത്തിരുകുന്നു
നോവിനാൽ നീറും ചിറ-
    കടിച്ചാച്ചെറുജീവൻ
മോചനം തേടിക്കെട്ടി-
    പ്പിടിപ്പൂ കല്ലിൽപ്പോലും
വാലിലിത്തിരി പൊക്കി-
    പ്പിടിക്കെത്തൂങ്ങീ തുമ്പി

കാലത്തിൻ കവിളത്തെ-
    ക്കണ്ണുനീർക്കണം പോലെ.
തുള്ളിപ്പോയ്, ത്തീനാളത്തിൽ-
    പ്പൂവിതൾത്തിളക്കം ക-
ണ്ടുള്ളിലുച്ചലമാർക്കും
    നാലിലെ നട്ടപ്രാന്തൻ.
വിറയാർന്നൊരു വിരൽ-
    ത്തുമ്പിനു വഴങ്ങാതെ-
യുയരും തൻ തുമ്പിയെ-
    പ്പിൻതുടർന്നെത്തും കൺകൾ
തുളുമ്പിപ്പോയീ, വെയി-
    ലിൻ തുടുനാളം തട്ടി
വിതുമ്പി,പ്പുൽത്തുമ്പത്തു
    വറ്റു മാർദ്രത പോലെ.

എൺപതു കഴിയുമ്പോ-
    ളൊരുപോലാണല്ലോ നാം
തുമ്പമാണെല്ലാം വാടും
    വത്സലങ്ങളെപ്പോലെ

## മൂന്ന്

പാറിയ തുമ്പിച്ചിറ-
    കിൽ ചിതറിന തന്റെ
നീറുമോർമയിൽ അന്തി
    ചേക്കേറീ മുത്തച്ഛനും
അപ്പൊഴാണയലത്തെ-
    ക്കുസൃതിക്കുരുന്നങ്ങോ-
ട്ടെത്തുന്നൂ മുത്തച്ഛനെ
    പതിവിൻപടി, തേടി
കൈയിലെഭൂഗോളത്തിൽ-
    ച്ചൂണ്ടുന്നുണ്ട്, അവൾക്കെന്നും
ഗൗരവമേലും ചിത്ര-
    ശങ്കകളേറെക്കാണും
"നാലുകാലിനു രണ്ടു

കൊമ്പുണ്ടേ പശുവിന്നും
നാമൊന്നുമില്ലാഞ്ഞല്ലീ
ടീച്ചർക്കു കൈ നീട്ടുന്നൂ?
വടിയോങ്ങുകിൽ തല
കുലുക്കും പശു, നമ്മ-
ളടി വാങ്ങുമ്പോൾ കൊണ്ടു-
നില്ക്കുന്നൂ തല താഴ്ത്തി.
എന്തിതു ദൈവത്തിന്നു-
മിങ്ങനെ തോന്നാൻ? കൊമ്പൊ-
ന്നെങ്കിലുമുണ്ടാവാത്ത-
തെന്താവാ,മീ നമ്മൾക്കും?''

വാതോരാതവൾ നില്ക്കെ,-
യോർക്കയായ് മുത്തച്ഛനീ-
ഭൂഗോളത്തിനു നേർക്കു
തിരിക്കാമിന്നീച്ചോദ്യം.
''കാലുകളെണ്ണിക്കൊമ്പു-
നല്കിയാൽപ്പിന്നീടെട്ടു-
കാലിയും പൂമ്പാറ്റയു-
മെങ്ങനെ നടക്കുന്നൂ?
എങ്കിലും നമുക്കൊന്നു
ചോദിക്കാം ദൈവത്തോടി-
ന്നമ്പലത്തിലേക്കൊപ്പം
വരുന്നൂ മുത്തച്ഛനും.
ഇപ്പൊഴിബ്ഭൂവിൽത്തേടി
നോക്കാം നാ,മെങ്ങാനും ക-
ണ്ടെത്തുവാൻ കഴിഞ്ഞാലോ
നമ്മുടെ നാടും വീടും''

''അതിനാണിതിങ്ങോട്ടു-
കൊണ്ടുവന്നതു;കണ്ടീ-
ലിതിലിന്ത്യയെത്തന്നെ,-
യെത്ര ഞാൻ തിരിച്ചിട്ടും''

കണ്ണടയൊന്നും കൂടി
    ത്തുടച്ചു മുത്തച്ഛൻ തൻ
മുന്നിലെഗ്ഗോളത്തിന്മേൽ
    കണ്ണൂന്നാൻ തുടങ്ങുമ്പോൾ
ഇത്തിരി ചെരിഞ്ഞാലും
    തന്നച്ചുതണ്ടിൽത്താനേ
ചുറ്റിക്കൊണ്ടിരിക്കുന്ന
    ഭൂവിനെ വിരൽത്തുമ്പാൽ
തൊട്ടവൾ നിറുത്തുന്നൂ
    ചൂണ്ടുന്നൂ, മിഴി രണ്ടും
പെട്ടെന്നു നിറയുന്നൂ
    പൊള്ളുന്നൂ കവിൾ വീണ്ടും.
ചേർത്തുനിർത്തവേ
    മനം കലങ്ങും മുത്തച്ഛന്നു
കാല്ക്കീഴിൽക്കുതിരുന്നൂ
    വിറയാർന്നൊരു മണ്ണും
നിറുകിൽ കരം ചേർത്തു
    നില്ക്കുന്നൂ, തെളിയുന്നൂ
മിഴിനീർച്ചില്ലിൽ തന്റെ
    മുമ്പിലും തുടുസത്യം
ഇവിടെ ഭൂഗോളത്തിൽ
    കുഞ്ഞിക്കൈവിരൽചൂണ്ടു-
ന്നിടം ഇന്ത്യയ, ല്ലൊരു
    കൂരിരുൾപ്പരപ്പല്ലോ...
ഇപ്പൊഴും ചുടുചോര-
    യുതിരുന്നല്ലോ നെഞ്ചിൽ-
പ്പൊട്ടിച്ചിന്നിയ മൂന്നു
    വെടിയുണ്ടയിൽ നിന്നും...

എൺപതു കഴിയുമ്പോ-
    ളൊരുപോലാണെല്ലാരും
തുമ്പമാ,ണിതൾ വാടും
    വത്സലങ്ങളെപ്പോലെ

(1992)

## ഭ്രാന്താസ്പത്രി

നമ്മെയിഭ്രാന്താശുപത്രിയിൽക്കൊണ്ടുവ-
ന്നിങ്ങനെ പാർപ്പിച്ചതെന്തിനാവോ?
നോക്കുകാരൊത്തു നടക്കാൻ മതിൽപ്പുറ-
ത്തേയ്ക്കിറങ്ങുമ്പോൾത്തിരിഞ്ഞുനോക്കി
വായിച്ചിരിപ്പൂ പടിപ്പുരനെറ്റിമേ-
ലീയക്ഷരങ്ങൾ പലപ്പോഴും ഞാൻ
നീറും മനസ്സിന്നനാമയമേകിടും
ശ്രീകോവിലത്രെ*യിപ്പുന്നരകം.

മാന്യത തൻ ഹേമകാന്തിയിലന്യൂന-
മാം ഋതം കൺകളിലന്ധകാരം
അക്ഷരം കൂട്ടിവായിക്കാൻ പഠിച്ചതും
ശിക്ഷയാണീ മതിൽക്കെട്ടിനുള്ളിൽ

ഇപ്പൊഴുമീലോകാലോകാചലത്തിന്നു-
മപ്പുറം വെട്ടമാണെന്നേ ഭാവം
ഏതിരു,ട്ടേതു വെളിച്ചം? തെളിയുവ-
തേതിമ ചിമ്മാതിരിക്കും കണ്ണിൽ?

ചക്രവാളം പോലകന്നുപോമീ മതിൽ-
ച്ചുറ്റിൽനിന്നെങ്ങൾക്കു മുക്തിയേകാൻ
രക്താഭിഷിക്തം കരങ്ങൾ നീട്ടും മർത്യ-
പുത്രൻ വരും വഴിയെത്ര ദൂരെ?
അപ്പുറം കൂടപ്പിറപ്പുകളെണ്ണിയാൽ
മുപ്പത്തി മുക്കോടിയുള്ള മൂലം

* മാനസികാരോഗ്യകേന്ദ്രം

നമ്മളിഭ്രാന്താലയത്തിൽത്തടവിലാ-
യെന്നതേ നാട്ടുനടപ്പുപോലും...
ഇപ്രപഞ്ചത്തിൻ പതിന്നാലിതളിലും
കത്തുമാമോദശീതാനുഭൂതി
ഉള്ളിൽത്തെളിഞ്ഞുകണ്ടാനന്ദമൂർഛയിൽ
നിർല്ലീനമാം സഹസ്രേന്ദ്രിയങ്ങൾ
ഗാർഹപത്യാഗ്നിപോൽ സൂക്ഷിച്ചു പോരുന്ന
കാരണം, കല്ലിനുമുള്ളു നൊന്താൽ
ഈരേഴുവാനവും മൂടും വ്യഥ കരി-
മേഘമായെങ്ങളിൽപ്പെയ്തലറും;
കണ്ണിന്നകത്തുദിക്കാത്ത വിൺതാരക-
ത്തിൻ കവിൾക്കൂമ്പിലെക്കുങ്കുമവും
വാക്കു തേടുന്ന കർപ്പൂരത്തരികൾതൻ
നാക്കിൽത്തുളുമ്പുമുൻമാദമാകും;
പിഞ്ചി ദ്രവിച്ചു പഴകി നിറംകെട്ട
പഞ്ചേന്ദ്രിയങ്ങൾ തൻ സാഹസത്തിൽ
ചില്ലിൻ മുനയും ചിരിക്കും മതിലിന്റെ-
യുള്ളിലെ ഭ്രാന്തരാകുന്നു നമ്മൾ!

(1992)

## അക്ഷരവിദ്യ

തരുശൃംഗങ്ങളിൽത്തേടി-
ത്തേങ്ങും കാറ്റുകണക്കിനെ
അവൻ ചമതയേന്തിക്കൊ-
ണ്ടെത്തീ ഗുരുകുലങ്ങളിൽ.

ഗൗതമൻതൻ പിൻമുറയ്ക്കി-
ന്നവൻതൻ സത്യമോരുവാൻ
ആയീ,ലുപനയിക്കാനും
ധർമലോപവിശങ്കയാൽ.

ശൂദ്രന്നു ചൊല്ലിക്കേൾപ്പിച്ചൂ-
കൊൾകയോ വേദസൂക്തികൾ?
അവന്റെ കാതിൽക്കാരീയം
ഉരുക്കിച്ചേർത്തൊഴിക്കയോ?

ശൂദ്രൻമാരിലുമുണ്ടല്ലോ
മ്ലേച്ഛൻ, ചക്കാലനാണവൻ
വേദമന്ത്രം മരച്ചക്കി-
ലാടും വരടുതേങ്ങയോ?

ചാരം പൊതിഞ്ഞു നീറുന്നൊ-
രെരിതീക്കനൽ മാതിരി,
കന്ദരത്തിൽ മുരണ്ടോടും
കാട്ടുവീര്യം കണക്കെയും

അവൻ തിരിച്ചണഞ്ഞൂ ത-
ന്നമ്മതൻ തിരുസന്നിധി;

മുറ്റത്തെക്കാഞ്ഞിരക്കൊമ്പി-
ലടർന്നൂ കയ്പൂനീർക്കണം.

കത്തുമഗ്നികണക്കമ്മ-
യുള്ളിലാളുന്ന വേളയിൽ
നീയെന്തേ തേടുവാനന്യം
സ്രുവം വേദാഹുതിക്കെടോ?

വിവേകമുള്ളിൽബ്ബാലാർക്ക-
രശ്മി ചിന്തിത്തുടങ്ങവേ,
ആത്മോപനയനം കാല-
നിരപേക്ഷം[1] നടത്തിനാൻ.

ചതുർദ്ദിശകളിൽപ്പാദ-
മൂന്നി, ജ്യോതിഷ്പ്പദങ്ങളിൽ
ചിത്തൂന്നിയും സമാധിസ്ഥ-
മായീ വിശൈ്വകചേതന[2]

പഞ്ചാഗ്നിചയനം ചെയ്കെ,
ഉള്ളിൽ ദിവ്യാമൃതസ്രുതി,
അതിലമ്പത്തൊന്നു ശുക്ല-
ഗോക്കൾ താടയിളക്കയായ്!

കടവായിൽപ്പാല്പ്പതത്തെ-
ല്ലാർന്ന കറ്റക്കിടാവുടൻ
കറുത്തു നീണ്ട കൺ ചിമ്മി-
ത്തുറന്നൂ ചെവി പൊക്കിയും

1. ബ്രാഹ്മണ ക്ഷത്രിയ വൈശ്യൻമാർക്കേ ഉപനയനം വിധിച്ചിട്ടുള്ളൂ. കാലവും കല്പിച്ചിട്ടുള്ളു. ജ്ഞാനമില്ലാതെ ശോചിക്കുന്നവനാണല്ലോ ശൂദ്രൻ.

2. ചതുർദ്ദിശകളാകുന്ന കലകൾ ബ്രഹ്മത്തിന്റെ പ്രകാശാവാൻ എന്ന പാദം. അഗ്നി, സൂര്യൻ, ചന്ദ്രൻ, വിദ്യുത്ത് എന്നിവ ബ്രഹ്മത്തിന്റെ ജ്യോതിഷ്മാൻ എന്ന പാദം. സത്യകാമന്ന് ബ്രഹ്മജ്ഞാനമുപദേശിക്കുന്ന പ്രകരണം- ഛാന്ദോഗ്യോപനിഷത്ത് 4-5-2,4-7-4.

വിളിക്കയായ്: ‘‘സൗമ്യ! നിന്റെ-
യുൾക്കണ്ണിലൊരു പച്ചില
കൈത്തലം നീർത്തിടുന്നൂ, കാൺക-
തിൻനീൾഞെട്ടി തന്നെയാം

ഇലപ്പച്ചയിലെങ്ങെങ്ങും
ജലത്തിൽ ജീവനെന്നപോൽ
പടർന്നു കത്തി നിൽക്കുന്നൂ
പരമാണു കണങ്ങളായ്.

സൗമ്യ! നിന്നുള്ളിൽ വിടരു-
ന്നതു ശബ്ദപ്രപഞ്ചമാം
അറിഞ്ഞാലു,മതിൽ തണ്ടു-
തന്നെയോംകാരമായതും!

നിനക്കിനിക്കറന്നേകാം
നാലു ദിക്കിലുമെങ്ങളെ
തെളിച്ചാലും, വിളിച്ചേട-
ത്തെത്തീടും ഞങ്ങളക്ഷണം’’

അവൻ മിഴി തുറക്കെത്ത-
ന്നമ്മതൻ കാൽനഖേന്ദുവിൽ
മരീചികളിളക്കുന്നൂ
ജഗത്ക്കാരണനർത്തനം!

അവന്റെ ചക്കിൽ മൂന്നാറു-
മാറും നാലും[3] യഥാവിധി
ആടിക്കിനിഞ്ഞിറങ്ങിച്ചെ-
ന്നൂഴിയുർവരയായിപോൽ!

ഉള്ളിൽത്തിളയ്ക്കും കാരീയ-
മാചാര്യനെയെരിക്കവേ
മീൻ തൊട്ടുകൂട്ടി[4] നാത്തുമ്പി-
ലവന്നാകെത്തരിക്കവേ,

3. വൈഷ്ണവം-6 ബ്രഹ്മം-6 എന്ന് അഷ്ടാദശ പുരാണങ്ങൾ, ആറു ശാസ്ത്ര ങ്ങൾ നാലു വേദങ്ങൾ

4. തുഞ്ചത്തെഴുത്തച്ഛൻ, മീൻ തൊട്ടുകൂട്ടാനുപദേശിച്ചു മേല്പുത്തൂരിനെ.

അമ്മയോടൊപ്പമൂഴിക്കും
മുലക്കണ്ണു ചുരന്നുപോയ്
കടവായിലിനിപ്പാർന്നൂ
മുറ്റത്തെക്കാഞ്ഞിരത്തിനും!

(1993)

# പരാതിമണി

**ക**ന്നാൻ, ചൊന്ന പടിക്കൊരു കൂറ്റൻ
നന്മണി വാർത്തതെടുത്തെത്തി
തൻതിരുമുമ്പിൽത്തൊഴുതുവെച്ചപ്പോൾ
തമ്പുരാനുള്ളിലൊരാശ്വാസം...

മേലിൽപ്രജകളിലാർക്കുമൊരിക്കലു-
മോരാപ്പരാതി നോവേകില്ലാ,
കേൾക്കുവാനെന്റെ കാ,തോതുവാനീ മണി-
നാക്കുമുണർന്നേയിരിപ്പല്ലോ.

നമ്മുടെ കൊട്ടാരഗോപുരത്തിൻ മോളി-
ലിമ്മണിയിപ്പൊഴേ തൂക്കേണം
വാതിൽക്കലൊരാനുമെത്തിയാൽക്കൈയെത്തും-
മാതിരി നീൾക്കയർ കെട്ടേണം.

ദീനസ്വനമീ മണിമുഴക്കീടുകിൽ
ഈ മണിമാളികയൊന്നാകെ
ആയതലയൊലിക്കൊള്ളണം, നമ്മുടെ
കാതിലതു പിടഞ്ഞേറേണം.
ഒരു പരിഹാരമതിന്നരുളും വരെ-
യെരിപൊരിഞ്ഞുൾക്കളം നീറേണം.

ഗോപുരത്തിൻ മുകൾത്തുമ്പിലന്തിത്തുടു-
പ്പാമണിയിൽത്തീയെരിയിക്കെ,
പുത്തൻ പരാതിമണിക്കയർ ഭൂപാല-
നെത്തിപ്പിടിച്ചാഞ്ഞടിക്കുന്നു,
ആയതരമന തന്നന്തരംഗത്തി-
ന്നാഴങ്ങളിലലച്ചേന്തുന്നു,

മന്നിലൊരാവലാതി സ്വരമില്ലെന്ന്
മന്നവൻ വിശ്രമം കൊള്ളുന്നു.
പകലവൻതൻമൃദുവിരലും മണിയുടെ
തെളിമയിലോളമിളക്കീല

അന്നാപ്പരാതിമണിയിലാദ്യം പൂർണ-
ചന്ദ്രൻ നിലാത്തിരി നീട്ടുമ്പോൾ
അന്നോളമേഴുതുമ്പാർന്ന വെട്ടം
ചിന്നാതുദിച്ച മണിനാക്കിൽ
അന്നോളമേഴുകടലും കൊടുമ്പിരി-
ക്കൊള്ളാതെ നിന്ന കയർത്തുമ്പിൽ
ഈരേഴുലകിന്നകം പിടഞ്ഞു, നൃപൻ
കേളീവനത്തിൽ വിഹരിക്കെ.
കൊട്ടാരമൊന്നായിടിത്തീജ്വലത്ജ്വാല
കത്തിപ്പടർന്നു കയറുന്നു.

നാക്കുപിഴുതെറിയുന്നതു മാതിരി
നീൾക്കയർ കാറ്റിൽത്തിറമ്പുന്നൂ,
മിന്നൽപ്പിണരായ്പ്പരാതിമണിസ്വനം
മന്നന്റെയുള്ളിൽപ്പിളരുന്നു,
ഒച്ചപുറത്തുവരാതലക്കൊണ്ടുയർ-
ന്നുച്ചലിക്കും കടലെന്നോണം
കേട്ടവർ കേട്ടവരെത്തി; യിരമ്പീ
കൊട്ടാരം മണിനിസ്വാനം.
മന്നൻ പരിവാരസംവൃതൻ സംഭ്രമം
കണ്ണിലുലഞ്ഞേയെഴുന്നള്ളി

‘‘ആരാരെന്നുടെ മക്കളിലിങ്ങനെ-
യാരാവാരമുയർത്തുന്നു?’’

അങ്ങു നരപതി കാണുന്നൂ മിഴി-
ചിമ്മിമിഴിക്കുമൊരാശ്ചര്യം
കണ്ണീരിറുന്നിറുന്നാറാടി,ഗ്ഗോപുര-
ത്തിൻ നടകേറിയേ നില്ക്കുന്നു
നീളും പരാതിമണിക്കയറൂന്നിനി-
ന്നാഞ്ഞു വലിച്ചേയടിക്കുന്നു

ചുറ്റും മഹാജനം കണ്ണിമ വെട്ടാതെ
നില്പ്പതോരാതൊരു ഗോമാതാ!
നിർത്തീ മണിയടി, മന്നൻ കവാടത്തി-
ലെത്തിയവാറവൾ നോക്കുന്നു
തൻതലതെല്ലൊന്നുയർത്തി,ത്തുളുമ്പുന്ന
കണ്ണീരുതിരുന്നതിന്നിടയിൽ
''അമ്മേ!'' മൊഴിയുന്നു ധർമ്മവ്രതൻ ''നിന്റെ
കണ്ണീരെന്നെയുരുക്കുന്നു.
ചൊന്നാലുമെന്റെ പ്രജകളിലാരൊരാൾ
നിന്നോടനീതിയെന്താചരിച്ചു?''

''രാജൻ നിന്റെ പ്രജകളിൽ ഞാനുമീ-
ന്നേക,യകിടുചുരന്നോളും.
ആർക്കുമപകൃതിയേതുമേ ചെയ്തതാ-
യോർക്കുന്നീല ഞാനിന്നോളം.
ഒരു പുല്പ്പൊടിപ്പും കടിച്ചു നോവിച്ചീലെൻ
വികൃതിക്കുരുന്നാം പാൽക്കുട്ടൻ.
അവനെയാണിന്നു വെയിലുചായുന്നള-
വൊരു തേരിലേറിയ ഗർവോടെ
നിന്റെ പ്രജകളിലേകൻ'' മണിക്കയർ
വീണ്ടും വലിച്ചവൾ തേങ്ങുന്നു...
ഏഴു വാനത്തിന്നകത്തും ചെന്നല-
ച്ചാമണിത്തേങ്ങലുരുകുന്നു...
മന്നവൻ തൻ തിരുനെഞ്ചിലോരോ തുള്ളി-
ക്കണ്ണീരും തീക്കനലാകുന്നു.

''അമ്മേ! പൊറുക്ക! നിന്നശ്രുവീണീമണ്ണു
വെണ്ണീറാകു,മതിൻമുമ്പേ
എന്നുടവാളാണു സത്യം! നിൻ മണി-
ക്കുഞ്ഞിനോടീയത്യാചാരം
ആരാകിലുമതു ചെയ്തവൻ നാളെയീ-
നേരമുയിരോടെ വാഴില്ല.
തേടിപ്പിടിക്കുകാഗ്ഗർവിനെ, നാളെ നാം
കാണവേയാമിഴി കെട്ടേണം,
വീഥിയിൽ നീട്ടിക്കിടത്തിയാത്തേർ തന്നെ
മാറിലോടിച്ചു വധിക്കേണം!''

തേരാരുടേതെന്നു തേറവേ, കൊട്ടാര-
മാരാവിലേതു മുറങ്ങീല...

വിധി നടത്തുന്നതു നേർക്കു തൃക്കൺപാർക്കു-
വതിനു മന്നോർമന്നനെത്തുന്നു,
പുരിയിലോരോ മുഖത്തും കരിന്തീയല-
യെരിപൊരിഞ്ഞാളിപ്പടരുന്നു,
മിഴികൾ കരിന്തുണി കെട്ടി ഭടർ പിന്നി-
ലടിവെച്ചുവെച്ചങ്ങണയുന്നു,
കുളിരിളം കതിരുപോലൊരു കുമാരൻ, നാളെ
യുവരാജനായ് മുടിചൂടേണ്ടോൻ...

കണ്ണുകളില്ലാപ്പിതാക്കൾ കിടാങ്ങളിൽ
ജന്മങ്ങൾ തോറും നിറയ്ക്കുന്നു
അന്ധവാത്സല്യം പരാതിമണികളി-
ങ്ങെന്നും നാക്കറ്റു തേങ്ങുന്നു!

(1994)

## പൂർണകുംഭം

ഉണ്ടുപോൽ സപ്തദ്വീപ-
    ങ്ങളിലങ്ങെങ്ങോ പൂർണ-
കുംഭമോന്നഷ്ടൈശ്വര്യ-
    വരമായ്, അതിൻ വര-
വിന്നു കാതോർത്തീ ക്ഷേത്ര-
    മുറ്റത്തെയാലിൻ കൊമ്പ-
ത്തന്തിവെയ്‌ലിളകുന്നൂ
    കാറ്റത്തെക്കൊടിപോലെ.
ഇത്തിരുനടയിൽ നി-
    ന്നാൽ ചുറ്റി ദൂരെക്കുന്നിൻ
പക്കിലെച്ചരിത്രത്തിൽ-
    പ്പൂഴുന്ന ചെമ്മൺപാത
ടിപ്പുവിൻകരിങ്കുതി-
    രക്കുളമ്പുകളേറ്റു
വക്കിടിഞ്ഞതുണ്ടിന്നും
    സ്വാതന്ത്ര്യ സ്മൃതിപോലെ!
കാറ്റിലന്നുയർന്നെത്തി-
    പ്പറ്റിയ പൊടിച്ചാർത്തിൽ
നാട്ടുമാന്തളിരുകൾ
    കാഷായമുടുക്കുന്നു.
മരയ്ക്കാരുടെയുട-
    വാൾത്തുമ്പിൽച്ചിതറിയ
തിടുക്കത്തിനും പെരു-
    മ്പറയ്ക്കുമൊപ്പം നായർ-

പ്പട, പ,ണ്ടടിവെച്ചു
    മുന്നോട്ടു കുതിച്ചതീ-
നട; കാലടിച്ചൂടി-
    പ്പൊടിയിൽപ്പിടയുന്നു.

**രണ്ട്**

"തങ്ങളിൽക്കലഹിച്ചും
    നേർവഴിതിരിപ്പിച്ചും
നിങ്ങളേ നശിക്കുക,
    നശിപ്പിക്കുക നാടും!
ഭരണം തുല്യം ചാർത്താ-
    നുള്ളതാമധികാര-
വരണം നിങ്ങൾക്ക്; അറി-
    യില്ലതിൻ നേരും നോവും."
ശാപവും നമ്മൾക്കാശീർ-
    വാദവും തമ്മിൽത്തിരി-
ചോരുവാൻ, കൊടിമാറ്റ-
    ത്തിരക്കിൽക്കഴിഞ്ഞീല.
നാടിനു മുന്നേറാനായ്
    കുന്നിലേക്കു നാം ചെമ്മൺ-
പാതതന്നറ്റം നീർത്തീ
    കാറ്റാടി നട്ടു നീളെ.
നാട്ടിടവഴി വണ്ടി-
    ച്ചക്രത്തിനൊപ്പം വീതി-
കൂട്ടുവാൻ നാല്പാമര-
    മൊക്കെയും വെട്ടിത്തള്ളി.
അമ്പലമുറ്റത്താലും
    പള്ളിമുറ്റത്തെക്കൂറ്റൻ
തമ്പകങ്ങളും നിർത്തീ,
    മതസൗഹാർദം പാടാൻ!

**മൂന്ന്**

പിന്നെ നാം വിദേശത്തു
    പോയ്, പൂഞ്ഞ തുള്ളും രണ്ടു

കന്നിനെ വാങ്ങീ,ട്ടിടം-
    വലമായ് നുകം വെച്ചു.
ഇടയും കന്നും കാലു-
    മാറിയാൽ ഒരു പോലാ-
ണിടതും വലതുമി-
    ന്നീ നുകക്കഴിക്കുള്ളിൽ.
ഉണ്ടകലത്തായ് പൂർണ-
    കുംഭമെന്നൊരു കാള-
വണ്ടിയുമുണ്ടാക്കിച്ചു;
    നാടിനു സമൃദ്ധിക്കാ-
യതുപോയെടുത്തുവ-
    ന്നീടണമെന്നീ ക്ഷേത്ര-
നടയിൽക്കൂപ്പിത്തേങ്ങ-
    യുടച്ചു, കുറിതൊട്ടു.
ഉര പേറിന മുരി-
    ക്കിൻതടി, വണ്ടിത്തണ്ടിൻ
പിറകിൽ,കയറ്റത്തിൽ-
    പ്പിന്നുകുത്തായ്‌വാൻ തൂക്കി.

## നാല്

കയറിക്കഴിഞ്ഞീലാ-
    കയറ്റ,മതിൻമുൻപേ
പകൽവെട്ടത്തിൻ കുറ്റി-
    ച്ചൂട്ടിലെക്കെട്ടും കത്തി.
കൂരിരുൾക്കടൽ നീറും
    വറുതിക്കൊപ്പം കാണെ-
ക്കാണെയേന്തുന്നൂ ചേരി-
    തൊട്ടു പത്തനത്തോളം
ചെത്തുടനീളം കുണ്ടും
    കുഴിയും; കല്ലിൽച്ചക്ര-
പ്പട്ട മുട്ടുമ്പോൾത്തട്ടി-
    പ്പൊട്ടുന്നൂ നിശ്ശബ്ദത.
പുക മൂടിയ ചില്ലിൻ
    കറുപ്പിൽപ്പാനീസിന്റെ

കരിവെട്ടവുമാടി-
    ക്കുലുങ്ങീ പൊട്ടിച്ചൂട്ടായ്.

**അഞ്ച്**

ഇത്ര ദൂരത്തോ പൂർണ-
    കുംഭം? നാം തേടിത്തേടി-
ച്ചുറ്റിയീവണ്ടിച്ചക്ര-
    പ്പട്ടകളമെത്തേഞ്ഞു.
ഇളകിത്തുള്ളിക്കര-
    യ്ക്കണഞ്ഞു മയങ്ങുന്ന
തിരപോൽക്കരുത്തു വാർ-
    ന്നിടിഞ്ഞൂ കന്നിൻ പൂഞ്ഞ.
കത്തിയ കുറുമ്പുല്ലിൻ
    കരിനാമ്പുകൾ പോലും
ക്ഷുത്തടങ്ങാവും മട്ടിൽ
    കാർന്ന കാലവും പോയി.
നട്ടെല്ലിലിടിമിന്നും
    വിശപ്പിൽക്കന്നൊലിയും
കെട്ടുകൾ തകർത്തോടും
    മർത്ത്യനുമൊരുപോലെ!
കുളമ്പിൽക്കരുത്തുണ്ടെ-
    ന്നാകിൽ മുന്നോട്ടീ വണ്ടി-
യുരുളാൻ ഒറ്റക്കാള-
    യാകിലും മതിയെന്നും,
വിശപ്പാറുകിൽ മൂക്കു-
    കയർ കൈകളിൽച്ചുറ്റി-
വലിച്ചു വഴിനോക്കി-
    ത്തെളിക്കാനെളുതെന്നും
ഉള്ളിലെ വിവേകത്തിൽ-
    ത്തെളിയെ, ക്കയറോടെ
വെള്ളക്കാളയെ സ്സാർഥ-
    വാഹനു നൽകീ നമ്മൾ.
തിളയ്ക്കും വിശപ്പിലീ-
    ച്ചില്ലിക്കാശുകൾ തൂവും

തിളക്കമിരുൾക്കുത്തിൽ-
    ക്കലങ്ങിയൊലിച്ചുപോയ്.
ഉരുളാനൊറ്റച്ചക്രം
    പോരു, മീപ്പൊരിവിശ-
പ്പൊതുക്കാനായാലെന്നു
    സാഹസം വിവേചിക്കെ,
വലത്തേച്ചക്രം പട്ട-
    യിളക്കാതൂരി,പ്പെട്ട-
വിലയ്ക്കു വണിക്കിനെ-
    ക്കെട്ടിയേല്പിച്ചൂ നമ്മൾ.
ചുറ്റിലും കൊഴുത്ത കൂ-
    രിരുളാണ്. ആകെപ്പുക-
കെട്ടിയ പാനീസണ-
    ഞ്ഞാഴുന്നൂ കരിനീരിൽ.
പിഞ്ഞിയതിഴ ചേർത്തു-
    മെടഞ്ഞ കൊരടാവു
കൈയ്യിലെശ്ശീലം മുലം
    പിടഞ്ഞൂ കാറ്റിൻ പക്കിൽ.
ഉറക്കം തൂങ്ങീ വണ്ടി-
    ത്തണ്ടിൽ. ഓരികൾ നീളെ
വിളിച്ചൂ. പട്ടപ്പാടിൽ-
    ത്തെറിച്ചൂ കല്ച്ചീളുകൾ.
ചോര ചിന്തിയ മുറി-
    പ്പാടിലാകാശം വെള്ള-
കീറവേ, വണ്ടിക്കാള
    വട്ടത്തിലിഴയുന്നു!

(1995)

## അഗ്നിഗർഭ

“എട്ടരയ്ക്കല്ലേ വിരു-
നന്നവസാനിക്കൂ?” “നമ്മ-
ളെത്തണമതിൻമുൻപേ-
യെങ്കിലും, എന്നേ നല്ലൂ”
“ഏതു കാര്യവും നേര-
മാവതിൻ മുൻപേ ചെയ്തു-
തീരണമെന്നേ നിങ്ങ-
ളുരയ്ക്കാറുള്ളൂ പണ്ടും”
“നിനക്കൊക്കെയും വൈകി-
ക്കുന്നതേ രസം.” “തമ്മിൽ
വഴക്കായ്പ്പിരിഞ്ഞുപോ-
യീല നാമതു മൂലം.”

“ഒടുവിൽ പിരിയേണ്ടോ-
രല്ലി നമ്മളും ഇങ്ങു-
തുടരുന്നേരം നേരം-
പോക്കിൽ നാമുരയ്ക്കുന്നു.”

“ഉരച്ചാൽപ്പൊരി ചിന്നി-
ക്കത്തണ,മറ്റത്തൊട്ടു
മരുന്നില്ലെങ്കിൽക്കൊള്ളി-
ക്കെന്തു ജന്മസാഫല്യം?”

“മതി, നിർത്തുക, പോകേ-
ണ്ടിനിനാമെത്തീലെന്നു

വധുവും വരനുമായ്
    വക്കാണിക്കുകയില്ല''

''ഒരുങ്ങിക്കഴിഞ്ഞല്ലോ,
    കാണായ്കിൽപ്പരിഭവം
പറയും മുറിവാക്കും
    മുള്ളുവാക്കുകൾ കേൾക്കും''

''കാറിറക്കിയിട്ടെത്ര
    നേരമായ്? ചോരപ്പാടും
നാരകമുള്ളും നിന്റെ
    നാവിലും കുറവല്ല.''

പിറകിൽപ്പടിവാതി-
    ലടഞ്ഞൂ താഴിൽ താക്കോൽ
തിരിയെത്തന്നുള്ളത്തിൽ
    താഴുകളൊന്നൊന്നായി

തുറക്കുന്നതായ്ത്തോന്നീ
    തൻ സീറ്റിൽത്താഴുന്നേര-
മവൾക്കും സ്റ്റാർട്ടായ്,ക്കാറു-
    മുന്നിലേയ്ക്കുരുളവേ,

നെഞ്ഞെരിയും പോൽ പെട്രോ-
    ളിൻമണം; കാറിത്തുപ്പി-
ച്ചൊല്ലിനാൻ ''ഓവർ ഫ്ളോ ചെ-
    യ്യുന്നതു ഗൗനിക്കേണ്ട.''

ഉൾക്കളമാകെക്കുത്തി-
    ക്കലങ്ങിച്ചുഴിഞ്ഞുല-
ഞ്ഞുത്തടമൊഴുകുമ്പോ-
    ളറിഞ്ഞീലവളൊന്നും.

''അരിവാങ്ങണം വൈകു-
    ന്നേരമിന്നോഫീസ് വിട്ടു-

വരുമ്പോ'' ളെന്നേ ചൊല്ലി-
    ത്തുടങ്ങുന്നതു പോലും
തങ്ങളിലുരച്ചുര-
    ച്ചൊടുവിൽക്കനൽപാറി
ചെന്നു കേറീടും മർമം
    തോറുമമ്ലശല്യങ്ങൾ.
നാരിതൻ ജന്മം പൂർണ-
    കാമമാവതു കുഞ്ഞിൻ
ചോരിവായ് മുലക്കണ്ണിൽ
    തൊണ്ണമർത്തുമ്പോളത്രേ...

തമ്മിലന്യോന്യം തുല്യ-
    രെന്നറിഞ്ഞടുത്താണും
പെണ്ണുമാദരിച്ചാലും
    നെഞ്ചിലെച്ചുടുചോര
ആണിനു വിയർപ്പാക്കി-
    യൊഴുക്കാം അമ്മിഞ്ഞപ്പാ-
ലായി വാത്സല്യാമൃത-
    മാവുമമ്മയിൽ മാത്രം!
തനിക്കീപ്പൊരുൾ തിരി-
    ച്ചോരുവാൻ വസന്തങ്ങൾ
മുഴുക്കെയിതൾ വാടി-
    ക്കൊഴിഞ്ഞേ കഴിഞ്ഞുള്ളൂ.

പരമസ്വാതന്ത്ര്യമാ-
    ണെന്തിലും, മിഴിപ്പൂക്കൾ
വിരിയുന്നതു തന്നെ-
    ക്കാണുവാനല്ലീ മണ്ണിൽ?
പരതന്ത്രതയത്രേ
    കുഞ്ഞുങ്ങൾ; തനതെന്നു
പുരുഷന്നഴിക്കുവാ-
    നേല്പ്പിക്കുകില്ലിജ്ജന്മം.

ഒരു പൈതലിൽ തന്നെ-
    ത്തളയ്ക്കാമെന്നുള്ളത്തിൽ

കരുതീടരുതെന്ന
    മുന്നറിയിപ്പോടത്രേ
പലവാറകം കുമ്പി-
    യളന്നും ചെരിച്ചും താൻ
തലയിത്തിരി,പൊക്കും
    മാലയ്ക്കുവേണ്ടി,ത്താഴ്ത്തി.
താലികെട്ടവേ കൂനി-
    പ്പിച്ചുകൊണ്ടൊരു മഞ്ഞ-
നൂലിൻമേൽത്താനും കെട്ടീ
    മറ്റൊന്നാക്കഴുത്തിങ്കൽ!
പൊന്നു കെട്ടിയ രുദ്രാ-
    ക്ഷങ്ങൾതന്നിടയ്ക്കുണ്ടാ-
മിന്നൽ,അദ്ദേഹത്തിന്റെ-
    യിടനെഞ്ചിൽത്താനിന്നും.
ഏറെ രാവുകൾ നന-
    വറ്റതാം തന്നുള്ളത്തിൻ-
വേരിളക്കുവാനൂന്നി-
    യുറക്കമിളച്ചിട്ടും,
വഴങ്ങീടരുതെന്ന
    തൻ പിടിവാശിക്കേറെ-
ത്തഴക്കം കൂടീ,യസ്വാ-
    തന്ത്ര്യങ്ങളത്രേ മക്കൾ.
എങ്കിലും മൂടിക്കെട്ടി-
    പ്പെയ്തടങ്ങിയ വർഷ-
ത്തിൻ കയങ്ങളിൽക്കുത്തി-
    യൊഴുകിക്കാലം പോകെ,
ഉറക്കം കെടുത്തിക്കൊ-
    ണ്ടെപ്പൊഴും ചുറ്റും കെന്തി-
ക്കരയും കൈക്കുഞ്ഞുങ്ങ-
    ളായി രാവുകൾ നീളെ!

കയറ്റം കയറുമ്പോൾ
    ഗ്ഗീറു മാറിയ കാറിൻ

ഞരക്കം; ഇരച്ചിറ-
　　ങ്ങീടുന്ന കൂറ്റൻ ലോറി
തൻവെളിച്ചത്താൽത്തനി-
　　ക്കെതിരേ വരുന്നോർ തൻ
കൺകളിലിരുൾ പാകി;
　　കാറിടം ചാരിത്തേങ്ങി
ഞരങ്ങിക്കേറിഗ്ഗീറു-
　　മാറ്റുംമുൻപൊരു പൂച്ച
കുറുകെച്ചാടീ;പല്ലാൽ-
　　കുഞ്ഞിനെ നോവിക്കാതെ
ഏഴില്ലം കടത്തുക-
　　യായിടാം, വാഴ്‌വിൽക്കാത-
ലായതീയിരുൾ ചാടി-
　　ക്കടക്കലെന്നോരാതെ!

''എത്ര നേരമായ്പ്പോന്നി-
　　ട്ടവിടെസ്സമയത്തി-
ന്നെത്തുകില്ലെങ്കിൽ,കാറു
　　തിരിക്കൂ, മടങ്ങാം നാം.
ഫോണിൽ ഞാൻ വിളിച്ചോളാം''
　　''പോംവഴി കാണും നിന-
ക്കേതിനും വെറും കുട്ടി-
　　ക്കളിയാണെല്ലാമിന്നും''

''നിർത്തിയതല്ലേ കളി-
　　യൊക്കെയും പണ്ടേ നമ്മൾ?''
''നിർത്തിയില്ലിന്നും കൊള്ളി-
　　വാക്കിൻ തീക്കളിമാത്രം!''
''കളിയിൽക്കാര്യം തുട-
　　ങ്ങുന്നതേതടിതൊട്ടെ-
ന്നറിയാതത്രേ നമ്മൾ
　　കളത്തിൽത്തുടരുന്നു''

ഗീറു ടോപ്പിലായ്; സൗമ്യ-
　　മൊരു മൂളലായെഞ്ചിൻ

കാറിനു വേഗം ചിറ-
 കാർന്ന ചിന്തപോൽക്കൂടി.

തൻ നെഞ്ചത്തൊരു മരു-
 പ്പരപ്പിൻ മഹാദാഹം
നിന്നെരിപൊരിക്കൊൾകെ,-
 യൊരു പാൽക്കടലാകെ
കുടിച്ചു വറ്റിക്കേണ-
 മുയിരോടൊരു നീല-
ജലദാങ്കുര, മുത്സം-
 ഗത്തിൽക്കാൽകുടഞ്ഞാവൂ...

"അങ്ങനെ കൊതികൊള്ളാൻ
 നിനക്കെന്തവകാശ-"
മെന്നൊരു വിരൽ തന്റെ-
 യവിവേകത്തിൻ നേരെ.

ശരിയാ,ണെല്ലാപ്പൂവും
 കായ്കൊള്ളുമെന്നോർത്തന്നു
കരിമൊട്ടിലേ തന്നെ
 താൻ തല്ലിക്കൊഴിച്ചല്ലോ.

നെഞ്ചകം ചുരന്നേന്തും
 തീവ്രാഭിലാഷത്തോടെ
തങ്ങൾ ചെന്നെത്തീ തീർത്ഥ-
 സ്ഥാനങ്ങൾ തോറും പിന്നെ,

എങ്കിലുമൊരു വിശ്വാ-
 സത്തിനുമായീലുള്ളി-
ന്നന്ധകാരത്തിൽ കത്തു-
 മൊരു നൂൽത്തിരി വെയ്ക്കാൻ
വെയിൽ ചായവേ ഭിഷ-
 ഗ്വരർ തൻ പടിയേറെ-
ക്കയറിക്കുഴഞ്ഞാറെ,
 യിടിത്തീയകത്താളി:

ഒരു കുഞ്ഞിനു ജന്മ-
    മേകുവാനദ്ദേഹത്തി-
ന്നൊരു കാലവുമാവു-
    കില്ലപോലിജ്ജന്മത്തിൽ...
കഴുകിക്കളഞ്ഞേയ്ക്കാ-
    മാത്മപീഡതൻ നിത്യ-
ബലി,പാതകമേറെ-
    ച്ചെയ്തു കൂട്ടിയ കറ.
നിർത്തിയ കാറിൻ ഡോറു
    തുറന്നു പിടിച്ചെന്തേ
നില്പ്പതദ്ദേഹം, തന്നെ-
    യിറക്കാമെന്നേ ഭാവം!
തൊഴുകൈയുമായ്ച്ചിരി-
    തൂകിയപ്പുറം നില്ക്കും
നവദമ്പതിമാരെ-
    യെന്തുതാനാശംസിക്കും?

(1996)

## ചൂള

**കാ**റിൽ വന്നിറങ്ങുന്നൂ
    തുറപ്പിക്കുന്നൂ പടി-
വാതിൽ, അപ്പരിഭ്രമം,
    ആഭിജാത്യവും കണ്ടാൽ
എണ്ണപ്പെട്ടവരാരോ
    മരണപ്പെട്ടിട്ടുണ്ടി-
ന്നിങ്ങടുത്തെങ്ങോതന്നെ.
    നാളേക്കൊരിരയായി!
പൂണുനൂലാമോ ദൂര-
    ത്താണവർണൻതൻ ചൂടു-
കാട്; അവിടെയു മാഡ്ധ്യ-
    ന്മാർക്കിടം വേറെത്തന്നെ!
പുതുതായ്പ്പണിതീർത്ത
    ചൂള തന്നുദ്ഘാടനം
മതി, നാളെയാം കണി-
    യാർ ചൊന്ന മുഹൂർത്തവും.
ജ്യോത്സ്യനു തെറ്റാറില്ല.
    തറക്കല്ലിടുന്നേരം
ഭാവിയിൽക്കണ്ണോയ്ച്ചൊന്നാൻ:
    ഭാഗ്യമുള്ളതീ സ്ഥാനം!
പണിതീർന്നിട്ടും ശ്രീത്വ-
    മുള്ളൊരു ശവമെത്തു-
ന്നതിനേ കാത്തൂ; മീനി-
    ന്നിര നഷ്ടമല്ലല്ലോ!

തെറ്റിയില്ലൊരു പണ-
    ക്കാരനാം മാന്യന്നിന്നു
കൃത്യമാററയ്ക്കരി-
    യൊടുങ്ങീ നഗരത്തിൽ.
തെറ്റുകില്ലേറെക്കണ്ട-
    തല്ലി കല്ലുപോൽത്തുടി-
പ്പറ്റകണ്ണ്, ഏന്തിപ്പെയ്യും
    കൺകളും ഇക്കണ്ണാലേ.
കൃത്യത്തിനെത്തും പോലും
    വിമാനം, എടുക്കും വ-
ന്നെത്തിയ പാടേ, വന്നു-
    കണ്ടിട്ടേ മുഖം മൂടൂ.
ചിരട്ടയടുക്കണം
    രാഹുകാലത്തിൻ മുമ്പേ,
പെരുത്തു രാമച്ചവും
    ചന്ദനച്ചീളും മൂരും*
കരുതാം, കുഴമണ്ണു-
    കൊണ്ടാകെത്തേമ്പി,ത്താഴെ-
ത്തുളയിൽ തീ വെയ്ക്കുമ്പോൾ
    പെട്ടെന്നു കത്തിക്കേറാൻ
ഇത്തിരി മണ്ണെണ്ണയിൽ-
    ത്തുണിത്തുണ്ടുകൾ മുക്കി-
വെയ്ക്കണം തലയ്ക്കലും
    കാൽക്കലും, ഉള്ളിൽത്തന്നെ.
പുറത്തേയ്ക്കെങ്ങാനിറ്റു
    പുക വന്നാലും മണം
പരക്കാതിരിക്കുവാൻ
    ചന്ദനത്തിരി പോരും.
കൂടുകളെട്ടോ പത്തോ
    വാങ്ങി വെയ്ക്കണം, നാലു-

* വാസനയുള്ള ഒരുതരം പശ

പാടുമായ്ക്കുത്തിക്കത്തി-
    ച്ചുയർത്താം സുഖഗന്ധം.
മൊത്തമായ് വിലയിട്ടു
    കൊടുക്കാം പരാതിയി-
ല്ലെത്രയാകിലും; ശ്മശാ-
    നത്തിൽ മാന്യത വേറെ!
കാത്തു നില്ക്കില്ലാ കുഴ-
    മണ്ണിലെയീർപ്പം വറ്റി,
കാറ്റത്തു പുക ചിന്നും-
    മുൻപു ശേഷക്കാരെല്ലാം
തണുത്ത കുടം ചുമ-
    ലേന്തി, വിങ്ങിടും ചൂള
വലത്തു വെയ്ക്കും, കുത്തി-
    യുടയ്ക്കും, നീർ വീഴ്ത്തിപ്പോം.
"നടുവറ്റുവോ വെള്ളം
    കൊടുക്കാം" പഴമക്കാ-
രുരയ്ക്കും; നാമിച്ചൂടിൽ
    ബ്ബന്ധമൊക്കെയുമറ്റോർ!

ഉറ്റോർക്കായ്ച്ചെലവാക്കും
    അവസാനമായെന്തും;
പട്ടടത്തിടുക്കത്തിൽ
    പിശുക്കും മറക്കുന്നു.
മൺകുടം, ഇളംനീരും,
    ചാണകം, പാലും; മൂന്നു
കമ്പുകൾ തല നടു
    കാൽ എല്ലു വേറെ വേറെ
സഞ്ചയിക്കുവാൻ (ചെത്തി,-
    ക്കുഴലിട്ടീമ്പിക്കുടി-
യ്ക്കും കരിക്കുകൾ മാന്തു-
    കില്ല മാന്യത റോട്ടിൽ.
എല്ലറിവീലാ കഴു-
    കുന്നതു പാലോ പച്ച-

വെള്ളമോ* കുനിയും ക-
    ണ്ണുതിരും നെടുവീർപ്പോ...)
ഒടുക്കം വാരിക്കൂട്ടാൻ
    പുത്തനായ് വാഴക്കൂമ്പും
കരുതാം; കരിഞ്ഞതാ-
    ണിന്നു വെച്ചവ മൂന്നും!
ചടങ്ങൊക്കെയുമൊപ്പി-
    ക്കുമ്പൊഴേ കൃതകൃത്യം
മടങ്ങുന്നോർതന്നുള്ളിൽ-
    ജ്ജീവിതം നിറയുന്നു

നിറച്ചോളുക! നാളെ
    നിങ്ങൾക്കുമിതേ കനൽ-
വിരിപ്പിൽപ്പുതമൂടി-
    യുറങ്ങേണ്ടതല്ലല്ലീ!

(1997)

* 'സഞ്ചയിക്കു'ന്ന എല്ല് ഇളനീരിൽ കഴുകുന്ന ചടങ്ങ്. പാതയോരത്ത് ചെത്തിക്കുടിച്ചിട്ട തൊണ്ടിൽ നിറച്ച പച്ചവെള്ളംകൊണ്ട് കഴുകിയാലും എല്ലറിയുകയില്ല.

## ചാരത്തിൽനിന്നൊരു മുള

**മി**ഴി രണ്ടുമടയ്ക്കുന്നൂ
വിരൽത്തുമ്പിന്റെ ചൂടിനാൽ,
ഒന്നും കാണേണ്ടതില്ലിനി.

വക്കു കീറി വിരൽത്തുമ്പു
കൂട്ടിക്കെട്ടീ മുറുക്കനെ.
നടക്കില്ലടിയൊന്നിനി.

കത്തുമെള്ളെണ്ണതൻ ഗന്ധം,
കോടി നീർത്തും സുവാസവും
ആർദ്രജന്മാന്തരസ്മൃതി!

കടഞ്ഞ പഞ്ഞിയാൽ രണ്ടു-
മടഞ്ഞൂ, വായു നിശ്ചലം.
മണ്ണിൻ മണവുമറ്റുപോയ്.

വരിഞ്ഞു കെട്ടീ കീഴ്ത്താടി
വാ തുറക്കുകയില്ലിനി,
നാവാകുന്നു നമുക്കരി.

കോടി കീറിക്കാതുരണ്ടും
പുറത്താക്കിയ കാരണം
കേൾപ്പൂ കാലവിലാപനം.

കഴുത്തോളം പുതച്ചിട്ടും
മരയ്ക്കുന്നൂ; തണുപ്പിനി-
ന്നെന്തിത്ര തണുവേറുവാൻ?

ചന്ദനത്തിലൊരുങ്ങീ പോൽ
മന്ത്രിപ്പൂ മൃദുലോർമികൾ
യമുനാപുളിനങ്ങളിൽ.

പൊതുപ്രദർശനം, രാംധുൻ,
പുഷ്പചക്രങ്ങൾ, ക്യാമറ-
ക്കൺമിന്നൽ, അനുശോചനം.

വരും വാഹകർ വൈകാതെ,
അതിൻമുമ്പെഴുന്നേല്ക്കുക.
നടക്കാൻ കാൽകളില്ലയോ?

നിയോഗം തോലിയാം. ചെങ്കോൽ
വാഴുന്നോരിലുറയ്ക്കുവാൻ
ചുടലച്ചാരമിത്തിരി.

എന്നാലും കൈത്തിരിത്തുമ്പി-
ലൊരു തുള്ളി വെളിച്ചവും-
കൊണ്ടിരുട്ടത്തിറങ്ങുക.

ഏതൊരാൽത്തറയും പോരും
തല തെല്ലിട ചായ്ക്കുവാൻ,
വിനാചോരഭയം, സുഖം.

പുതച്ചൊരൊറ്റ മുണ്ടല്ലാ-
തില്ല, ആരാൻ തോക്കു ചൂണ്ടുമോ
അതും ചൂണ്ടുന്നതിന്നിനി?

അതുമില്ലാതായിരങ്ങൾ
അഴലും നാട്ടിൽ മേലുടു-
പ്പിടുന്നതപരാധമാം.

കന്നം ചോരുന്ന നാഗങ്ങൾ,
ഏഴു കോട്ട, കവാടവും,
കിടങ്ങും, കൊത്തളങ്ങളും,

വിശക്കും മിഴിയോടേഴു-
സിംഹം, പത്തി വിടർത്തി നി-
ന്നാടിച്ചീറ്റും വിഷങ്ങളും,

കണ്ണടയ്ക്കാതെ മാനത്തു
ചുറ്റും ചാരണ ശൃംഖല,
യക്ഷ കിന്നരയൂഥവും

കാത്തുപോരുന്ന കൊട്ടാരം,
ഏഴാംമാളിക, കൈവള-
ക്കിലുക്കം, മൃദുശീകരം.

സദാ ചുറ്റും പതുങ്ങീടു-
മരാതികൾ അമർത്തിടാം
വിരൽ കാഞ്ചിയിലെപ്പൊഴും.

ഉറക്കം കെട്ടു കരുവാ-
ളിച്ച കണ്ണിൽ തിളയ്ക്കുക
കൊടും ഭീതി, ഞരമ്പിലും.

ചെയ്തും ചെയ്യിപ്പിച്ചു മീട്ടം-
കൂടും പാതക കോടികൾ
നിത്യാസ്വാസ്ഥ്യം വളർത്തുക!

ആവർത്തിച്ചു മരിക്കുന്നൂ
സുരക്ഷാവലയത്തിലും
ഭീരു, ജീവിച്ചിരിക്കിലും.

അവിടത്തെ സ്സുനിദ്രയ്ക്കായ്
നാടു വേർപ്പിൽ കുളിക്കുക,
തെരുവിൽ തല ചായ്ക്കുക.

കൊട്ടാരവാതിലിൽപ്പാടി-
ല്ലത്രേ പതിതർ തൻ നിഴൽ
അതു ദുശ്ശകുനം, പരം.

അരുതാത്തവയല്ലാതെ
കാണില്ലിവിടെ നില്ക്കുകിൽ.
നടക്കാം, കാൽ കഴയ്ക്കിലും.

മൂളൽ കേൾക്കെത്തുറക്കുന്നൂ
വാതിൽ; പട്ടണി മഞ്ചലിൽ
വരുന്നതതലേന്ദ്രനാം.*

അഥവാ ഭൂപനെച്ചില്ലീ-
ചലനത്താൽപ്പിറന്ന പോൽ
തുള്ളിക്കുമഭിരാമയാം.

തിരുമുൽക്കാഴ്ചയായ് മുത്തും-
കൊമ്പും കൊണ്ടവനീപതി
എത്തും മഞ്ചലുമായിടാം.

ആളുന്നോർക്കുള്ളിലാളും തീ-
നാളമാർക്കറിയാവതോ!
വഴി വിട്ടു നടക്കുക!

കൊടി പാറ്റി വിളിച്ചാർക്കു-
മുൾനാടും, ജാഥ നീങ്ങവെ,
കണ്ണിൽപ്പെട്ടാൽക്കുഴപ്പമാം.

പ്രിയമാണേറെയേവർക്കും
പിണം! ഒന്നെങ്കിലും മതി
കാറ്റിൻ ഗതി തിരുത്തുവാൻ.

അമ്പലം, പള്ളി, പള്ളിക്കൂ-
ടങ്ങൾ, പാടത്തു വെൺകളി-
ക്കൂടിൽനിരകൾ, കുന്നിലും.

അവിടെപ്പുലരുന്നൂ പോൽ
അവകാശങ്ങളൊപ്പമായ്
അവ നീളെപ്പൊലിക്കുക.

എന്റെനാടെന്റെനാടെന്നൊ-
ലാളലാരുടെയുള്ളിലും
തിരി വെയ്ക്കാതിരിക്കുക.

* അതലം = പാതാളം (അധോലോകമെന്നുമാം)

നീലിച്ച നൂലിനാൽ നൂറു-
നൂറു നീൾവല നെയ്യുക,
ഊറാമ്പുലികൾ ചൂഴിലും.

അതിൽക്കുരുങ്ങിക്കുരുവി-
ക്കുലമൊക്കെയൊടുങ്ങുക,
വിഷം തീണ്ടുക കൂമ്പുകൾ.

കഴുകിൻ കൊടുമയ്ക്കാകാം
അതിനോടൊത്തുയർന്നിടാൻ.
തുമ്പിയും, കഴുകാവുക.

കൂർനഖം, കുടിലം കൺകൾ
കൊത്തിച്ചീന്തുമനാർദ്രത,
ചിറകിൻ കടു വക്രത.

കണ്ണു പൊട്ടിയൊരിക്കാലം
കഴുക്കൾക്കുള്ളതാകയാൽ,
കരളിൽത്തീയെരിക്കുക.

സ്വയം ദഹിക്കുന്നതത്രേ
ചിതയാളുന്നതിൽച്ചിതം,
ചാരത്തിൽ മുള പൊട്ടുക!

(2000)

## ഭ്രാന്താസ്പത്രിയിലെ പനിനീർ

ഭ്രാന്താശുപത്രിയിൽക്കൊണ്ടു-
വന്നാക്കിപ്പോകുമുറ്റവർ
തറവാടിനു മാനക്കേ-
ടല്ലി നേർവര തെറ്റിയോർ?

* * * *

വിടരുന്നതു നോക്കാനോ
വീണ്ടുമെത്തുന്നതുണ്ടവൻ
വടിയല്ലാക്കൈയിലിപ്പോൾ
തുളുമ്പുമൊരു മൺകുടം.

താമ്രോദരം പല്ലവങ്ങ-
ളവനെത്തുന്ന വേളയിൽ,
അടുത്തു നില്ക്കെക്കൺചിമ്മു-
ന്നിതു മൊട്ടുകളൊക്കെയും.

അവൻ കൈക്കുമ്പിളിൽക്കോരി-
ക്കുടിക്കും നീലവാനിമ,
എന്നുള്ളിൽക്കളഭം കോരി-
യൊഴിക്കും ഗന്ധനിർഝരി.

അടിമണ്ണിളകിക്കൊത്തി-
ക്കിളയ്ക്കെ നിറയും മിഴി,
വേരിലെങ്ങാൻ തുമ്പുകൊണ്ടു
കീറിച്ചോര പൊടിക്കുകിൽ.

കണ്ണിൽ പെടാതടുത്തെത്തും
ചിലപ്പോൾ. ഞൊടി കൊണ്ടു ഞാൻ
കന്നം തരിക്കും കൊമ്പന്റെ
മുമ്പിൽക്കദളിവാഴയാം.

കാലിൽച്ചങ്ങല കൂച്ചിച്ചേർ-
ന്നിറുകിക്കുതറിത്തെറി-
പ്പിക്കെ, മിന്നൽപ്പിണർച്ചീറ്റം
പുളയും മുതുകോർത്തതാം.

കൈകാൽ കെട്ടി കുടുംബക്കാർ
തന്നെപ്പടിയിറക്കവെ,
തുടലിൽച്ചുഴലിക്കാറ്റായ്
ചീന്തുമമ്മയെയോർത്തതാം.

ഇല ചിന്നിക്കൊമ്പൊടിഞ്ഞു
വാടി നില്ക്കെയടുത്തണ-
ഞ്ഞിരുന്നു തടവും, കണ്ണീർ
തൂവും വെയിൽ തണുക്കവെ.

* * * *

ഭ്രാന്താശുപത്രിയിൽബ്ഭാര-
മിറക്കും ബന്ധമറ്റവർ.
വെളിവറ്റോരുള്ള വീട്ടിൽ
മാന്യർ ബന്ധുത തേടുമോ?

ഉടയോർ വിട വാങ്ങിപ്പോയ്-
പ്പടിവാതിൽ ഞരങ്ങവേ,
ഉയരും മതിലിൽക്കുപ്പി-
ച്ചില്ലു കോമ്പല്ലു നീട്ടവേ,

ഉടുത്തവർ ഉടുക്കാത്തോർ
ആടിപ്പാടുന്നു ചുഴവും
വെളിവായ് വാഴ്‌വിൽ വേറില്ലാ
വേണ്ടപ്പെട്ടോർ തനിക്കിനി.

തിന്നാൻ, കുടിക്കാനവരൊ-
ത്തിരുമ്പഴിയടയ്ക്കുവാൻ
മണ്ണിൻ മണം പുതുക്കാനും
പഠിച്ചു ചില നാൾകളിൽ.

വീടുമമ്മയുമുറ്റോരും
ജന്മാന്തര മൃദുസ്മൃതി,
കതിർ ചിന്നുന്നൊരാകാശം
കരിങ്കന്മതിൽ വിസ്തൃതി.

വായുവിൽച്ചീറ്റം ആഞ്ഞാഞ്ഞു-
വെട്ടും മൺവെട്ടി, വേർപ്പുചാൽ,
ഉന്മാദം മണ്ണിനും! പൂത്തു-
ലഞ്ഞൂ പുല്ലും മരങ്ങളും.

നൂറു നൂറു നിറം ചാറും
പനീർപ്പൂക്കൾ നിരക്കവേ,
കളഗന്ധമിളംകാറ്റിൽ
കമ്പിയേഴും മുറുക്കവേ,

എനിക്കു വെള്ളം തരുവാൻ
എത്തുന്നൂ വീണ്ടുമിങ്ങവൻ,
വടിയല്ലാക്കൈയിലിപ്പോൾ
കുടം വിങ്ങും വദാന്യത!

മുള്ളിൻ തുമ്പിൽത്തൊട്ടു, കണ്ണി-
ലൂറുമോർമ്മ വിതുമ്പിയും
നില്ക്കുന്നു! തുടലോ കാലോ
കുപ്പിച്ചില്ലേറ്റു ചിന്തുവാൻ?

(2000)

## ഊന്നുവടി

"എങ്കിലും...." കരൾ തിള-
ച്ചുരുകിപ്പടർന്നെത്തി
ചങ്കിൽ വന്നടയവേ,
മുത്തച്ഛനോർത്തൂ വീണ്ടും!
"നരനെന്തവകാശം
ജീവിതം പിഞ്ഞിക്കീറു-
ന്നളവിൽ തന്നോടൊപ്പം
മക്കൾ വേണമെന്നെണ്ണാൻ?
കുഴയും കാലിന്നൂന്നു-
വടിയാവണമെന്നു
കരുതിക്കിടാങ്ങളെ-
പ്പുലർത്തും മർത്യൻ മാത്രം.
പറക്കാൻ ചിറകിന്നു
പോരിമയായാൽ വാനിൻ
നിറവുണ്ണുവാൻ കൂടു
കൈവിടും കിളിക്കുഞ്ഞും.
ഭൂമിതന്നറ്റത്തേയ്ക്കാ-
ണെങ്കിലും, തല നീർത്തി-
പ്പോക മക്കളേ കാലും
കരളും പതറാതെ.
വിണ്ണിലെ നെടും പാത
നിങ്ങൾ തൻ മഹായാന-

ത്തിന്നതാ കതിരൂർന്ന
    തോരണ*മൊരുക്കുന്നു.
ഏതു മണ്ണിലും വേരൂ-
    ന്നുക, സംസ്കൃതിയേതെ-
ന്നാകിലും ഞരമ്പുകൾ-
    ക്കൂർജമായുൾക്കൊള്ളുക.
കളങ്കം കലർത്തുന്നൂ
    നിശ്വാസം; ശുദ്ധീകരി-
പ്പതിനായ് ചെടി നട്ടു
    പച്ചില വിടർത്തുക!
സ്വന്തമാം വേർപ്പിൽ പുലർ-
    ന്നീടുക, നിങ്ങൾക്കേകീ-
ട്ടുണ്ടതിന്നിണങ്ങുന്ന
    വെളിച്ചം, വിവേകവും.
പോക' കണ്ണടച്ചില്ലു
    കോന്തലയാലേ തുട-
ച്ചാകിലും, കലങ്ങുന്നു
    മുത്തച്ഛൻ എന്നാൽ, എന്നാൽ...
മക്കളേ, സ്വയം വരി-
    ക്കും വഴിയൂടേ നിങ്ങൾ
വെയ്ക്കുക പദം മുന്നോ-
    ട്ടിടറാ,തിളയ്ക്കാതെ.
ജീവിതം തളിർപ്പിക്കാൻ
    കുഞ്ഞുങ്ങൾ വളമണ്ണു
തേടവേ തടയുവാൻ
    തനിക്കെന്തധികാരം?
നെറ്റിയിൽ പൊടിയുന്നൊ-
    രുപ്പു ചാലിക്കാതൊറ്റ-

* പടിവാതിലിന്റെ പുറത്ത് രണ്ടുഭാഗത്തും സ്തംഭം നാട്ടി അതിന്മേൽ, മംഗളാർത്ഥകമായി കെട്ടിയുണ്ടാക്കുന്ന മാലാദി വിതാനം. അനർഹരെ അകത്തേയ്ക്കു കടക്കാൻ അനുവദിക്കാത്തത് എന്നും.

വറ്റും തൻ നാത്തുമ്പിന്നേ-
    വരെയും രുചിച്ചീല
തല്ലുവാൻ, തളരുമ്പോ-
    ളൂന്നാനുമെടുത്തിട്ടി-
ല്ലിന്നോളം വടി; തന്നെ-
    ത്താങ്ങരുതാരും മേലും.
കണ്ണുനീരിനാലുപ്പു-
    ചേർക്കുന്നു നിത്യം നിങ്ങ-
ളുണ്ണുവാൻ, അപഥത്തിൽ
    കാല്കൾ വെയ്ക്കുന്നുണ്ടെന്നും
കേൾക്കുവാനിടയാകാ-
    തിരിക്കട്ടെയെന്നല്ലാ-
തോർക്കുവാൻ മറ്റൊന്നില്ലീ-
    ക്കുതിർന്ന മുഹൂർത്തത്തിൽ.
എങ്കിലും കരൾ തിള-
    ച്ചുരുകിപ്പടർന്നെത്തി
ചങ്കിൽ വന്നടയുമ്പോൾ
    പുലരിത്തുമ്പത്താരോ
ചുണ്ടനക്കുന്നു "മുശ്ശാ..."
    ജീവനിൽത്തൂവൽത്തെല്ലു-
കൊണ്ടുരുമ്മുന്നൂ "ച്ചച്ചാ..."
    കണ്ണട നനയുന്നോ?
പിന്നെയും വാൽക്കണ്ണൊപ്പി
    നോക്കവേ, യിടം വലം-
നിന്നു കൊഞ്ചുന്നൂ പനീർ-
    മൊട്ടുകൾ കിളർമണ്ണിൽ!

(2001)

## വില്പന

ഉടപ്പിറന്നോളോതുന്നു:
''വിൽക്കാൻ ഞാനൊപ്പുവെച്ചിടാം
കമ്പോളവിലയാവുകിൽ.

കിട്ടും പണം മാത്രമാണെൻ
നോട്ടം, ആർ വാങ്ങിയാലുമെ-
ന്തന്തരം, വസ്തു വിൽപ്പതിൽ?''

ഭൂമി കൈമാറുവാനാർക്കു-
ണ്ടധികാരം? നരൻ വെറും
പാഴ്മണ്ണിൻ തരിയല്ലയോ?

''ഉണ്ടായിരുന്നെങ്കിലെന്റേ-
തായിട്ടാറടിയെങ്കിലും...''
വേറില്ലമ്മയ്ക്കൊരാഗ്രഹം.

''ഒടുക്കം തല ചായ്ക്കാനും
ഇമ്മണ്ണിലൊരു ചാണിടം''
ഉമിത്തീയെന്നും ആ മനം.

മക്കൾക്കെന്നും മഹാശാപം
മന്നിൽജ്ജീവിതം, അമ്മത-
ന്നുള്ളം നീറുകിൽ നിത്യവും.

വിയർപ്പിൽ അന്നെലിമ്പെല്ലാ-
മുരുകിക്കത്തു,മെങ്കിലും
ക്ലേശപൂർണ്ണങ്ങൾ നാളുകൾ.

ചുഴിക്കുത്തി,ലലച്ചാർത്തിൽ
മുങ്ങിപ്പൊങ്ങി,യൊലുമ്പിയും
കരയ്ക്കായ് വല്ലമട്ടിലും.

ഒടുക്കം തല ചായ്ക്കാന-
ല്ലെന്നും ശാന്തമുറങ്ങുവാൻ
ഒതുങ്ങുമൊരു വാസവും,

കിണർ, നീർമരുതും, മാവും,
പ്ലാവും, പുളി, മുരിങ്ങയും,
കോടികായ്ച്ചൊരു തെങ്ങുമായ്

ജന്മം തീറായ് വളപ്പൊന്നു
ജന്മസാഫല്യമെന്നപോൽ
അമ്മതൻ പേരിൽ വാങ്ങിനേൻ.

അന്തിക്കന്നുമ്മറത്തമ്മ
കോൽവിളക്കു കൊളുത്തവേ,
പെങ്ങൾ കാറ്റു തടുക്കയായ്.

മുറ്റത്തിറങ്ങി,യൊരു കൈ-
പ്പിടി വാരി നിവർന്നു ഞാൻ
പിൻതിരിഞ്ഞൊന്നു നോക്കവേ,

കോലായിലിറ്റുവീഴുന്നു...
മുലക്കണ്ണു ചുരന്നുവോ...
വാക്കു ചങ്കിൽ കുരുങ്ങിയോ?

കുനിഞ്ഞു തൊട്ടു മാറത്തു-
ചേർത്തെൻ കൈയു ഞെരിക്കവേ,
കിനിഞ്ഞു ചുടുചോരയോ?

വീണ്ടും തളിർത്തൂ, പൂവിട്ടു;
കൈക്കുമ്പിളിൽ മണം നിറ-
ച്ചലഞ്ഞൂ കാറ്റു ചുറ്റിലും.

മാമ്പൂക്ക,ളെങ്കിലും, കണ്ണീർ-
കണ,ക്കുരുകി വീഴവേ
മുറ്റത്തിന്നുള്ളു പൊള്ളിയോ?

നടക്കുവാനൂന്നുവടി,
ചാരുവാനിതരന്റെ തോൾ
തേടീലമ്മയൊരിക്കലും.

ആയിരം പൂർണ്ണചന്ദ്രന്മാർ
കണ്ണിൽവന്നസ്തമിക്കിലും
കാഴ്ച മങ്ങിലൊരിക്കലും.

അനായാസമൊടുക്കത്തെ-
ക്കടവും താണ്ടി,യന്യനൊ-
ട്ടായാസമരുളാതെയും.

അമ്മ മക്കളെയൊന്നിച്ചു
കോർക്കുന്നു നെഞ്ചിലൂറിടും
വാത്സല്യം നൂറ്റ പൊന്നിനാൽ!

ഉതിരും, തറയിൽച്ചിന്നി-
ച്ചിതറും നൂലറുമ്പൊഴേ
നിരാലംബങ്ങൾ മുത്തുകൾ!

ഒരേയടുക്കളയ്ക്കുള്ളിൽ
കത്തിത്തൂകിത്തിളയ്ക്കയായ്
രണ്ടുഭാഗത്തടുപ്പുകൾ...

ഏതിൽനിന്നും തെറിച്ചെത്താം
പൊരി, മേൽക്കൂര മാത്രയിൽ
പുകയും ചാരമായിടാം...

തർപ്പണം ചെയ്തിടാം ശേഷ-
ക്കാർക്കൊന്നിച്ചി;ല്ലതീയിനും,
പേമാരിക്കും വിവേചനം.

തല്ലിപ്പൊളിക്ക, തീയിട്ടു
ചുട്ടു പൊട്ടിക്ക... കൈത്തലം
ഞെരിക്കെച്ചോരതൻ മണം.

വീടും പറമ്പും വീതിക്കാം;
വിൽക്കാം, അമ്മ മരിക്കുകിൽ
മക്കൾ തുല്യാവകാശികൾ!

അനർത്ഥം സഹജാതത്വം,
രക്തബന്ധവുമൂഴിയിൽ
സർവ്വസിദ്ധിപ്രദം പണം.

നിറഞ്ഞ മിഴി കോലായിൽ
തുളുമ്പിയുതിരുന്നുവോ?
മുറ്റം പൊള്ളിപ്പിടച്ചുവോ?

ഉടപ്പിറന്നോളോതുന്നൂ;
''വിൽക്കാൻ ഞാനൊപ്പുവെച്ചിടാം,
കമ്പോളവിലയാവുകിൽ''

ആരുടേ, താരുടേതാണി-
ഭൂമി? ഈ മൺതരിക്ക,തിൻ
പ്രഭു, താനെന്നഹംമതി?

വിണ്ണിനെ,ക്കാറ്റിനെ,ക്കത്തു-
മഗ്നിയെ,ത്തെളിനീരിനെ,
തന്നെത്താൻ വിൽക്കയോ നരൻ?

വിൽക്കാൻ, വാങ്ങാനുമങ്ങാടി-
ച്ചരക്കെന്നോ ധരിത്രിയാൾ?
ചരാചരജനിത്രിയാൾ?

വത്സലം ജീവനം നൽകി
പ്പോറ്റും മണ്ണിൽച്ചവിട്ടവേ
പൊള്ളും കാൽവെള്ളയെപ്പൊഴും.

മക്കളെക്കരുതിത്തേങ്ങി-
ത്തുളുമ്പി, നിറകണ്ണുമായ്
നിൽക്കുമമ്മയെ...

കരളിറ്റും ഞെട്ടിയോടെ-
യിറുത്താക്കാൽക്കൽ വെക്കിലും
വിടുകില്ലെന്നുമിക്കടം...

ജനിക്കും വീണ്ടു,മെന്നാലീ-
യമ്മക്കേ മകനാകുവാൻ
പ്രാർത്ഥിപ്പേൻ ജഗദംബികേ!

കമ്പോളവില പേശിക്കൊ-
ണ്ടന്നും വിൽക്കാൻ നിനയ്ക്കുകിൽ
പ്രളയത്തിലൊടുങ്ങുക!

(2011)

## മൂടുകുലുക്കിപ്പക്ഷി

**കി**ഴക്കൻമലയീന്നു കൂടക്കൂടെ
മുഴക്കങ്ങൾ കേൾക്കുന്നതെന്താണാവോ?
ഒരുക്കങ്ങൾ കൂട്ടി,ക്കുതിച്ചടുക്കും
മെരുക്കം കെടുത്ത കൊടുങ്കാറ്റാണോ?
മലതൻ പെരുംകുടലിൽച്ചുറയും
പ്രളയത്തിളക്കടൽച്ചീറ്റമാണോ?
അടിവാരം മൂടും കരിമ്പാറതൻ
അടിവേരു ചിന്തുമലർച്ചയാണോ?
തുടി കൊട്ടി,ത്തുള്ളും കരാളി തെള്ളി-
പ്പൊടിയെറിഞ്ഞട്ടഹസിക്കയാണോ?

**രണ്ട്**

ആനമലയുടെ സാനുവിൽനി-
ന്നാനകൾ ചിന്നം വിളിക്കയാണോ?
കരടികൾ, സിംഹങ്ങൾ, ചെമ്പുലികൾ
പെരിയ പടം തല്ലും നാഗത്താന്മാർ
കടുവയും ചീറി നടന്നു ചുറ്റും
ചുടുകാറ്റു ചൂളമടിച്ചു ചുറ്റി,
കാടകമാകെച്ചുഴന്നു നാലു-
പാടും പൊടിച്ചാർത്തലയടിച്ചു.
കുതറിക്കുതിച്ചു കാട്ടാറെമ്പാടും
ഉതിരം തിളച്ചു പതഞ്ഞൊഴുകി.

**മൂന്ന്**

നീളെ ക്ഷിതിജം വരെ വിടർന്ന
നിലമേലാപ്പു തിറമ്പിത്തെള്ളി,

നിരയായ് കരം നിലത്തൂന്നി നിൽക്കു-
മരയാലിന്നിലകളുറഞ്ഞു തുള്ളി,
മലയടിഗഹ്വരക്കൂരിരുൾച്ചാർ-
ത്തലറി,ച്ചുടലനൃത്തം ചവിട്ടി.
ചങ്ങല പൊട്ടിച്ച ദിഗ്ഗജങ്ങൾ
കൊമ്പിട്ടടിച്ചു നീൾത്തുമ്പിതല്ലി.
ആദിശേഷൻ പടം ചുക്കി, ഊഴി
വീണു തകർന്നു ഗുളോപ്പുപോലെ.

### നാല്

മൂലമെന്തിക്കലാപത്തിനെന്നു
നേരിട്ടറിഞ്ഞു വരുന്നതിന്നായ്
സത്യലോകത്തിങ്കൽനിന്നിറങ്ങി
പുത്തൻ പുലരിത്തുടുപ്പൊടൊപ്പം
തിരയടങ്ങാത്ത ജിജ്ഞാസയോടെ
നിരയായിബ്ബാലഖില്യന്മാർ, തേരിൽ.
അനുയാത്രയായി സഹസ്രനേത്രൻ
ഉദകാന്തം, ഐരാവതത്തിലേറി.
ക്രതുവോതി: "മക്കളേ, പോക മാർഗ്ഗം
ശുഭമാക ഭൂമിയ്ക്കവനം നിങ്ങൾ."

### അഞ്ച്

ഗോപുരവാതിലടഞ്ഞു; നേരേ
തേരുരുൾ നീങ്ങി; വെൺവാജിവൃന്ദം
കാതുകൂർപ്പിച്ചു; കുടഞ്ഞു കുഞ്ചി-
രോമം, കഴുത്തും, കൊഴുത്ത വാലും.
മാനസവേഗത്തിൽ മാമുനിമാർ
ഓഷധിപ്രസ്ഥത്തിലേക്കിറങ്ങി
അനിലനറിയാതവതരിക്കും
പ്രളയാഗ്നിനാളങ്ങളെന്നപോലെ,
ആയിരം താരങ്ങൾ കോർത്ത മാല
മോളിൽനിന്നൂർന്നു വിഴുന്നപോലെ.

### ആറ്

മിന്നൽപ്പരിഭ്രമത്തോടെണീറ്റു
ചെന്നെതിരേറ്റു ഗിരികുലേന്ദ്രൻ.

‘‘എന്തു പിണഞ്ഞു... തപസ്സിനെന്തു
ഭംഗം? പുറപ്പാടിതെന്തിനാവോ?’’
‘‘തോഴരേ, താങ്കളോരാത്തതെന്തീ-
യൂഴിയിൽക്കുന്നിക്കും കന്നത്തങ്ങൾ?
അഷ്ടദിക്പാലകർ കൂച്ചിയിട്ട
ദിഗ്ഗജങ്ങൾക്കു മദംപാടെന്നോ?
ഏഴാഴി ചൂഴവും കാവൽ നിൽക്കും
ഊഴിയോടും ബലാൽക്കാരമെന്നോ?

### ഏഴ്

‘‘അരുതിത്തിടുക്കം; അണുവുമെങ്ങാൻ
അചലമനങ്ങിയാൽ ഞാനറിയും
കടലിന്നടിയിൽ നിഷ്കമ്പം കത്തും
ബഡവാഗ്നിനാളത്തിൻ തുമ്പുപോലും
ഇളകിയാൽ അനുരണിക്കും ഹൃദന്തം
വലിയുന്ന തന്തിതന്നായസത്തിൽ.
നാകലോകത്തിലതു മുറുകും
നാഗലോകത്തിൽ മറുതലയും.’’

### എട്ട്

‘‘ഇലയുമിളകീലിളയിലെങ്കിൽ
മുകളിലീമട്ടു കലാപമെന്തേ?
ആയിരം പത്തിയിലാദിശേഷൻ
ആടിയമാതിരി തോന്നി മോളിൽ.
പത്തിയിൽ പത്തിയിൽ മാറി മാറി
പൃഥ്വിയുരുളുന്നപോലെ തോന്നി.
കരയുടെ കാലിൽപ്പിടിച്ചടിച്ചു
കടലമറുന്നതുപോലെ തോന്നി.
ചക്രവാളത്തിൽ നീൾത്തുമ്പി തല്ലി
ദിഗ്ഗജം ചിന്നം വിളിച്ചപോലെ.

### ഒമ്പത്

ചക്രവാതങ്ങൾ തുടലറുത്തു
ചുറ്റുന്ന പോലെയും തോന്നി മോളിൽ.

അടർമഞ്ഞിന്നുള്ളിലെരിഞ്ഞ കണ്ണീർ-
ത്തിളവെള്ളം പൊങ്ങി ഗംഗോത്തരിയിൽ.
എരികനലാളിത്തിളച്ചുയർന്നു
കുമിളകളായ് യമുനോത്തരിയിൽ.
ബദരിയിൽ, കേദാരിൽ, അമരനാഥിൽ
കനലുമകക്കാമ്പുരുകിച്ചിന്നി.''

### പത്ത്

''ദിഗ്ഗജം ചിന്നംവിളിച്ചുവെങ്കിൽ
അക്കഥ നേർക്കിന്നറിഞ്ഞേതീരൂ.
പോക നാം, ഈ മതിവിഭ്രമത്തിൻ-
മൂലമറിയണമിന്നുതന്നെ''
മുന്നിൽ നടന്നാനചലനാഥൻ
പിന്നിലോ താപസന്മാരുമൊപ്പം.

### പതിനൊന്ന്

ദിവി വിസ്തരിക്കും ജടയിൽനിന്നും
ചിതറിത്തെറിക്കുന്ന ഗംഗ കണ്ടു;
നന്ദിയിൽ നിന്നിറങ്ങുന്നതിന്നായ്
ഇന്ദിരാകാന്തൻ കരം ഗ്രഹിക്കെ
വരനുമുമ്പെരിനാളമായ് ഉമ നി-
ന്നിതൾമിഴി നിർത്തിയ വേദി കണ്ടു.

### പന്ത്രണ്ട്

താഴേയ്ക്കളകയോടൊത്തിറങ്ങും-
നേര,ത്തരയാൽത്തളിരിളകി.
ആയതിന്നൂർമ്മികാജാലമെത്തി
ദേവതാത്മാവിൽ ഓളം പടർത്തി.
മിഴി പൊക്കി നോക്കവെ ചില്ലയിൽ വ-
ന്നമരുന്നു മൂടിളക്കിക്കുരുവി.
തന്നുടെ വാലിളകുന്ന നേരം
അമ്മരമാകെക്കുലുങ്ങുന്നെന്നും,
കാടുലയുന്നുവെന്നും, കുരുവി,-
ക്കൂഴി കിടുങ്ങുന്നുവെന്നും തോന്നി.

### പതിമ്മൂന്ന്

ചിറകാർന്ന കൗതുകം പൂണ്ടു നിന്നു
മുനിമാർ, വിധിജൻ, ക്ഷിതിജംകൂടി.
അവർതൻ മിഴികളിൽപ്പൊങ്ങി,യപ്പോൾ
ചെറുകൂജനത്തിൽ കുലുക്കിപ്പക്ഷി.
ഉയരെ,ത്തെരിക്കനെച്ചെന്നചല-
മുടിയിലിരുന്നു സ്വയം കുലുങ്ങി.
ഒന്നായിളകി വിറപ്പതപ്പോൾ
അമ്മഹാമേരുവാണെന്നേ ഭാവം!
മേരുവോടൊപ്പമവനിയാകെ
കീഴ്മേൽ മറിയുന്നുവെന്നേ ഭാവം!*

### പതിന്നാല്

അവിടെയിരുന്നു കുരുവി നോക്കു-
ന്നള,വകലെപ്പെരുംകടലു കണ്ടു.
ഓളത്തിൽക്കാലൂന്നി നിൽക്കും ചക്ര-
വാളം ചുറയും ദിങ്നാഗത്തേയും.
അടിയിലുന്മുഖമതാ നില്പു തൻ കാ-
ലടി തൊടാൻ, ഏന്തിക്കൈ പൊക്കിയൂഴി.
അമ്മഹാമേരുവിൻ മേൽമുടിയും
തന്നുടെ വാലിൻ നിഴലിലല്ലീ?
ഒരു കുതി കൂടി,യിച്ചക്രവാളം
മെനയുകയല്ലി തൻ പാദപീഠം?

### പതിനഞ്ച്

മേരുവിൻ മേൽമുടി കുഞ്ഞിളംകാ-
റ്റൂതിപ്പറത്തീ ഞൊടിയിടയിൽ.
വിയതി,യതാലംബമറ്റലയു-
ന്നിതു വെറുമപ്പൂപ്പൻതാടി പോലെ.
അക്കളിമ്പത്തിന്റെ കാൽത്തളയിൽ
മുത്തുതരിയിട്ടു സൂര്യപുത്രി.

---

* നമ്മുടെ രാഷ്ട്രീയമണ്ഡലത്തിൽ, അന്യരുടെ ചുമലിൽ കയറിയിരുന്ന് സ്വയം കുലുങ്ങുന്ന ചില ഒറ്റയാൾനേതാക്കന്മാരെ ഓർമ്മിപ്പിക്കുന്നു ഈ പക്ഷി.

തിളവെള്ളമാവിചീറ്റിപ്പുറത്തേ-
യ്ക്കൊഴുകിയുറമഞ്ഞിൻ നെഞ്ഞിലൂടെ
കുളിർനീരമൂർന്നു നറുംനിലാവായ്
വിനയംകണക്കു താഴേയ്ക്കൊഴുകി.

### പതിനാറ്

ചിറകിട്ടടിക്കാം കിളിപ്രമാദം,
പിറമണ്ണു സർവ്വംസഹയുമാവാം
പൊട്ടിച്ചിരിക്കയായ് ശൈലനാഥൻ
പൊട്ടിച്ചിരിക്കയായ് ബാലഖില്യർ.
പൊട്ടിച്ചിരിക്കയായ് കാലം; എട്ടു-
ദിക്കും പ്രതിധ്വനിക്കൊൾകയായി.
നാലഞ്ചു തൂവൽ കാളിന്ദിയാറ്റിൻ-
നീരത്തിൽ നീലനിഴലിളക്കി.
നാലഞ്ചു പാഴിളം പൂട മഞ്ഞിൻ-
തൂമയിൽക്കാളിമയായുടക്കി.

(2009)

## ബലിയാടുകൾ

(ഹിമാലയത്തിലെ മഞ്ഞുമൂടിയ അനന്തശിഖരങ്ങളിൽ അതിർത്തി സംരക്ഷണത്തിന്നു നിയോഗിക്കപ്പെട്ട്, അകാലത്തു പൊലിഞ്ഞു പോവുന്ന ജവാന്മാരുടെ ആത്മാക്കൾക്ക്.)

കവിഭാവനയാവാം; മഞ്ഞുമാമലയിൽ,ത്തൻ
കൊടുതാം നിടിലാഗ്നിജ്വാല സംയമം ചെയ്തും
ഘനഗർജ്ജനധ്വാനം ചിലമ്പിലലിയിച്ചും,

ആർദ്രശീതളമുറന്നൊഴുകാൻ ഭാഗീരഥി
കാത്തിരുന്നിടും ജടാജൂടം അവ്യക്തവ്യോമ-
സീമയിലൊതുക്കിയും തപിപ്പൂ മഹാകാളൻ.

ആലയമായാൽ മൂർത്തി വേണമെന്നാവാം കാവ്യ-
ശീലം. ഉർവ്വിതൻ നെടുംവരമ്പായ് മഹാകവി*
പാടിയ ഹിമാലയം; കൈലാസം ഭവക്ഷേത്രം.

കിഴക്കും പടിഞ്ഞാറും ആഴിതന്നാഴംതൊട്ടു
വഴിപോൽ,ദ്ധര കാത്തുകൊൾവതീ മഹാഭാഗൻ,
അരിഭീഷണൻ; കാലവർഷകാരകനല്ലീ?

തന്നുടെ നെഞ്ചി,ന്നഞ്ചുയോജന വരഹോമ
കുണ്ഡമുജ്ജ്വലിപ്പിച്ചും, കാൽ കഴുകിക്കാൻ തീർത്ഥ
ക്കിണ്ടിയേന്തിയും, കാതിൽ നന്ദിയെദ്ധ്യാനിച്ചവൻ,

ഇഗ്ഗിരിവരൻ ഛത്രധ്വജചാമരം ചൂടും
ചക്രവർത്തിതാനെന്നും കല്പന! സാക്ഷാദഷ്ട-
മൂർത്തിയെ വരുത്തി,ത്തൻ പുത്രിയെ വേൾപ്പിച്ചവൻ!

* കാളിദാസൻ (രഘുവംശവും കുമാരസംഭവവും ഓർക്കുക.)

അവളോ പതിംവര; പ്രകൃത്യംബയാൽ അല-
ങ്കൃത; വാസിതമിന്ദുകരംപോലാകമ്പിത
മിടിപ്പിൽ ഖുരാപാതമെണ്ണി സോൽക്കണ്ഠം നിന്നോൾ.

തനുകാന്തിതൻ ശോണഛവിയും പഞ്ചാഗ്നിയിൽ
ബ്ബലിയർപ്പിച്ചോൾ, പാതിമെയ് നേടി,പ്പിനാകിയെ-
ത്തനതാക്കിയോൾ, അർദ്ധനാരിയായ് വിളങ്ങിയോൾ.

ഗഗനം സപ്തർഷിമാർ ഈശനെ നയിച്ചെത്തി-
പ്പരിപൂതമാക്കിനാർ. ഹോമസൗഗന്ധം തീർത്തു
ഭുവനങ്ങളും ജാഗരൂകങ്ങൾ ദിഗന്തങ്ങൾ.

ആദിമപ്രകൃതിക്കും പൂരുഷന്നുമൊന്നിക്കാൻ
വേദി തീർക്കയാൽ ചരാചരങ്ങൾക്കെല്ലാമേക-
മൂലമായ് ഹിമാലയം; അന്തിമവിശ്രാന്തിയും.

താരകം, മർത്ത്യൻ, മൃഗം, പുഴു, മാമരം, മഹാ-
സാഗരം, ഇരുൾ, വെട്ടം, അനന്തം, അഹസ്കരൻ
ഭൂ, പതംഗവും ഒരേ കുടുംബം; പുലക്കാരും!

ഒരു പുൽക്കൊടിത്തുമ്പൊന്നൊടിഞ്ഞാൽ മഹാശ്വത്ഥ-
മടിവേർ ചിന്തും, ചിന്നം വിളിക്കും അരണ്യങ്ങൾ,
കടയും കടൽ, തീറ്റ തേടില്ലാ മൃഗേന്ദ്രനും.

കാലിലെച്ചെറുവിരൽത്തുമ്പത്തു മുള്ളേറ്റാലും
മാനവനുടലാകെയെരിയും, കണ്ണിൽ കണ്ണീർ
ചാലിടും, ചെവി മൂളും, തിറമ്പും മൂക്കിന്നറ്റം.

ഇപ്രപഞ്ചത്തിന്നാദിസംസ്കൃതിത്തെളിനാളം
തദ്ഹൃദന്തത്തിൽ തൊട്ടുകൊളുത്തി ഹിമപ്രസ്ഥം.
അത്തിരിത്തുമ്പിൽത്തിളങ്ങുന്നു ദിഗ്ഗജമസ്തം.

തണുമഞ്ഞടരതലാന്തം; എങ്കിലും വെട്ടി-
ത്തിളയ്ക്കും കൊടുംതീയാണന്തരാത്മാവിൽ; ചീറ്റി-
ത്തെറിക്കും ചുടുകണ്ണീർ; മർത്യനു സുഖസ്നാനം.*

* ഹിമാലയത്തിലെ തപ്തജലസ്രോതസ്സുകൾ

ഹിമവാനോർപ്പൂ തന്റെ നെഞ്ചിലെക്കൊടുംനീല-
ത്തണുപ്പും നെടുമഞ്ഞിൻ പരപ്പും, ചുടുചോര-
ത്തിളപ്പും ഈശന്മാർതൻ ആദിമപ്പെരുംപൊയ്ത്തും[1]

ദേവകൾക്കടങ്ങാത്ത കൗതുകം: പെരുമാളോ
ദേവദേവനോ വന്ദ്യന്മാർക്കഭിവന്ദ്യൻ? പോരി-
ലാർ അടിയറവോതും എന്നു പാർത്തറിയേണം

മത്സരം കൊഴുപ്പിക്കെ, നിയതം കർണ്ണേജപർ-
ക്കുത്സവം ദുർദ്ധർഷമാം സർവ്വനാശകമാഗ്നേ-
യാസ്ത്രങ്ങൾ ഈശർക്കെടുത്തരുളീ സഹസ്രാക്ഷൻ.

സപ്തസാഗരങ്ങളും വരണ്ടൂ; ക്ഷിതിജങ്ങ-
ളസ്ഥികൾ പൊടിഞ്ഞൂർന്നൂ; പിളർന്നു ഭൂമണ്ഡലം;
നിസ്തംഭം കാറ്റും; കത്തിവീഴുന്നു ഖഗോളങ്ങൾ.

ചിതറിപ്പോകുന്നല്ലി ചോടുകൾ, തിരിച്ചോരും
ശിതികണ്ഠൻ തൻ ലിംഗം പറിച്ച് ആർത്തെറിയുന്നൂ,
ചുടുചോരയിൽ വെന്ത മഞ്ഞിൽ അതുറയുന്നു.

പറിഞ്ഞൂ ചതുർദ്ദശലോകങ്ങൾ, തലകീഴായ്
മറിഞ്ഞൂ; പാതാളവും സത്യവും[2] ഇടിച്ചഗ്നി
ചൊരിഞ്ഞൂ; രക്തം കക്കി അനന്തൻ ഫണം തല്ലി.

വില്ലു വെച്ചുപോയ് വിധു.[3] ശർവ്വനും[4] ദേവന്മാർത
ന്നുള്ളിലുത്സാഹം; കൈക്കലാക്കിനാർ മഹാശസ്ത്ര-
മെല്ലാവും; പകർന്നേകാം കലികാലാന്തത്തോളം.

---

1. 'വിഷ്ണുവും ശിവനും തമ്മിലുള്ള ആദിമസംഗരം നടന്നത് ഹിമാലയ ത്തിൽ വെച്ചാണ്.

ശിതികണ്ഠസ്യ വിഷ്ണോശ്ച ബലാബലപരിക്ഷയാ
അഭിപ്രായം തു വിജ്ഞായ ദേവതാനാം പിതാമഹ:
വിരോധം ജനയാമാസ തയോ സത്വപരിക്ഷയാ
വിരോധേ ച മഹായുദ്ധം അഭവദ്രോമഹർഷണം.

(വാല്മീകിരാമായണം. ബാ.കാ. 74.14.15.)

2. സത്യം: സത്യലോകം. ചതുർദ്ദശലോകങ്ങളിൽ ഏറ്റവും മുകളിലൽ വർത്തിക്കുന്നു.

3. വിധു: വിഷ്ണു. (എല്ലാം ചെയ്യുന്നതിന് സമർത്ഥൻ. ശിവൻ എന്നും)

4. ശർവ്വൻ: ശിവൻ. (പ്രളയാന്തത്തിൽ ലോകത്തെ ഹിംസിക്കുന്നവൻ)

മനുജരതിരിട്ടു മണ്ണു വേറാക്കും കൂറ്റൻ-
മതിലാൽ, മഞ്ഞാൽ, പാരാവാരത്താൽ പരസ്പര-
മറിയാതകമാകെ ആയുധപ്പുരയാക്കും.

നൂറു യോജന നീറായൊടുക്കും സ്ഫുലിംഗങ്ങ-
ളാണുപോൽ അയലത്ത്; നൂറുനൂറൊടുക്കി,ത്തൻ
തൂണിയിൽത്തിരിച്ചെത്തുന്നതുതിർത്തൊരുക്കേണം.

നിമിഷാർദ്ധത്തിൽജ്ജഗത്രയമാളിക്കും രുദ്ര-
നിടിലാഗ്നി, ഈരേഴു ലോകവുമാഴ്ത്തും ബ്രഹ്മ-
പ്രളയം... നരൻ വെറും ബുദ്ബുദം കാലപ്പെയ്ത്തിൽ!

അപ്പൊഴും മഹാകാലനൂർദ്ധരേതസ്സായ് നൃത്തം-
വയ്ക്കുമഗ്നിക്കും ലോകാലോകാന്തമെത്തും ഹിമഃ
പത്തി[1]ക്കും താനേ കാവലെന്നു മാനവനൂറ്റം.[2]

പോരടിക്കുന്നൂ പേരക്കുട്ടികൾ, പിതാക്കളെ-
ത്തിരഞ്ഞുമറിയാത്തോർ, പൈതൃകത്തേയും തിരി-
ച്ചോരാതെയെരിച്ചാത്മാഹുതി ചെയ്തടിയുന്നോർ.

ഭൂതലം തിളച്ചോരക്കടലാം ഹിമാദ്രിതൻ
ചേതന പതഞ്ഞുരുകിടുകിൽ. കാവൽബ്ബലി-
യാടുകൾ, ബുധകൗടില്യങ്ങൾക്കു തീനായ്ത്തീർന്നോർ.

ജട ധൂർജ്ജടിയൊന്നു കുടഞ്ഞാൽ പാതാളാന്ത-
മടിവേരെഴും ഹിമപാളികൾ കടപറി-
ഞ്ഞടിയും, ക്ഷിതി വെറും അന്തിമതമോരന്ധ്രം!

(2013)

1. പത്തി: നിര. (സൈന്യവിഭാഗം. കാലാൾ എന്നും.
2. ഊറ്റം: അഹങ്കാരം

## കള്ളന്മാർ

മലയമഹാഗിരിനിരയിൽ കരിനിഴൽ-
ത്തരുനിര നിർത്തിയ നീൾവഴിയിൽ
കൊടിയ കരിംപാറക്കെട്ടിന്നിടയിൽ,
പുലിമണമൂറും ഗുഹകളിലും
കുന്നുകൾ അകിടു ചുരത്തിടുമാർദ്രത
വിണ്ണമൃതെന്നു കുടിച്ചിട്ടും,
കൊന്നും, തിന്നും, കാട്ടുകിഴങ്ങുകൾ
തങ്ങളിലൊപ്പം പങ്കിട്ടും
മണ്ണിൽ മുളച്ചില നീർത്തി, ഞങ്ങൾ
തങ്ങളിലിണചേർന്നിളകൊണ്ടും.
ചാഞ്ഞ മരത്തിൽ തൂക്കിൽ കൈവിര-
ലീമ്പിയുണർന്നൂ കുഞ്ഞുങ്ങൾ
ഞങ്ങടെ തലയിൽ, കാടിനു മുകളിൽ
തന്നുടെ കൈകൾ കമിഴ്ത്തുന്നൂ
കുലദേവതയാൾ, ആണ്ടിലൊരിക്കൽ
ബലി കൈക്കൊൾവതിവൾക്കു ചിതം.
ഇവളിൽ തുഷ്ടി പെരുംപോളല്ലീ
മലയാകെപ്പീലി വിടർത്തുന്നു?
ഇവളുടെയുള്ളു നിറഞ്ഞു കവിഞ്ഞാൽ
അരുവികൾ ഇരുകര മുത്തുന്നു.
ഇവളുടെയുള്ളു തരിക്കുമ്പോൾ വന-
മൊരു നറുമണമായ് വിടരുന്നു.
ഇവളുടെയുള്ളുതിറമ്പുമ്പോഴോ
വനമിടിമിന്നലിലാളുന്നു.

തലമുറ തലമുറയായിട്ടെങ്ങളെ
ഇവളേ പാലിച്ചുപോരുന്നു.
ഞങ്ങടെ വാക്കിൽ, പൊരുളിൽ കുടികൊ-
ണ്ടങ്ങനെയിവളും പുലരുന്നു.
ഞങ്ങടെ ജീവനിലുണരുമ്പോളിവൾ
മന്നിലുയിർത്തു പൊറുക്കുന്നു.

വേരിൽ തല ചായ്ച്ചെങ്ങളുറങ്ങും-
നേരത്തിക്കുലദേവതയാൾ
കണ്ണിമ ചിമ്മാതെന്നും കവിളിയിൽ
ഞങ്ങൾക്കു കാവലിരുന്നീടും.
കാട്ടുകിഴങ്ങുകൾ നീളേ തേടി
കാട്ടിലൂടെങ്ങളലയുമ്പോൾ
ചപ്പില മൂടിപ്പുതപ്പിച്ചിവളെ
പൊത്തിലുറങ്ങാൻ കിടത്തീടും.

(മാനുഷരെപ്പരിപാലിക്കുന്നൊരു
ദൈവതത്തിന്നുമുറങ്ങേണം!)

വേട്ട കഴിഞ്ഞു വരുംവരേക്കെ,ങ്കിലും
തീക്കനലാണകത്തൊന്നാകെ.
ഒറ്റപ്പൊരിയേ വേണ്ടൂ ചപ്പില
യൊക്കെയുമൊന്നിച്ചാളാനും
കാടും മരങ്ങളും, കാടകമെന്നിയേ
വീടില്ലാത്തോരും നീറാനും.

കത്തിപ്പടരും കൊടുംതീക്കിശനും
മർത്യനുമെല്ലാമൊരുപോലെ!

ദേവതയാളെ,ക്കാപ്പതിനങ്ങനെ-
യാണേ കുടിലൊന്നുണ്ടാക്കി.
പച്ചക്കരിമ്പനപ്പട്ട വിടർത്തി-
ക്കുത്തി മറച്ചതു തീർത്താറെ
കാലത്തെണീറ്റു പകലോൻ വരുന്നതു
പാളിനോക്കുവാനെന്നായി?

അന്നു മുതൽക്കേ അന്തിയുറക്കം
ഞങ്ങളും ചെറ്റയ്ക്കകത്തായി.
പട്ടകൾ ചിന്തി മെടഞ്ഞു മെനയുമ്പോൾ
കൊട്ടിലുമെങ്ങൾക്കു കൊട്ടാരം.
കൊട്ടാരത്തിൽ കുലദൈവത്തിനെ
കെട്ടിപ്പിടിച്ചു മയങ്ങുമ്പോൾ
ആദിവാസിക്കെന്തിനമ്പരപ്പ്, കാടു
പാലിപ്പോൾക്കെന്തിന്നങ്കലാപ്പ്?

മലയമഹാചലസാനുവിൽ,ക്കാലം
ചിറകു ചുരുക്കിയിരുന്നാറെ
കന്മദം പൊട്ടിയൊലിക്കുന്നു, പാറകൾ
ഉന്മദം പൂണ്ടു തിറമ്പുന്നു.
വാരിക്കുഴിയുടെ വക്കുകൾ കുത്തി,
ക്കേറി,ച്ചിന്നംവിളിക്കുന്നു
കാടിളക്കും മദംപാടിൽ നീൾച്ചങ്ങല
ക്കാലുമായ് കാറ്റു കുതിക്കുന്നു.
വന്മരം തമ്മിലടിച്ചു ചിന്തി,പ്പതി
ക്കുന്നു; കൊടും തീ തിളയ്ക്കുന്നു.
ഈറമ്പനയോല ചിന്തിക്കെട്ടിയ
പിറക്കുടിലൊരു തീവെട്ടി
കൊമ്പത്തു കൊക്കുരുമ്മുമ്പോളിണക്കിളി
ക്കെന്തേ കണ്ണു തുളുമ്പുന്നു?

മിന്നൽപ്പിണർ പടരുന്നു ചിറകിൽ
മണ്ണിൽപ്പിടഞ്ഞൂർന്നു വീഴുന്നു.
ഞങ്ങളെക്കാത്തേ പോന്നൊരു ദൈവത-
മെങ്ങോ കടന്നു കളഞ്ഞെന്നോ?
കാടെരിച്ചിടുവാനെത്തിയ നാഗര-
ഭൂതത്തോടൊത്തവൾ പോയെന്നോ?
കാലാകാലമിക്കാടു കാത്തോളെയും
കാപാലികന്മാർ കവർന്നെന്നോ?

തോക്കും തൊപ്പിയും! നാട്ടിൽ നിയമം
നോക്കിനടത്തുവോരാണത്രേ

ഇന്നോളം കാണാത്ത വണ്ടിയിൽക്കേറ്റി
ഞങ്ങളെക്കൊണ്ടിവർ പോകുന്നു
എങ്ങോ,ട്ടെന്തിനെന്നേതും മൊഴിഞ്ഞീ-
ലിന്നിവർക്കും പിടിയില്ലെന്നോ?
കയ്യുകൾ കൂട്ടിക്കെട്ടിട്ടുണ്ടതു-
മെന്തിനെന്നാരാരറിയുന്നു?

വേടുകൾ കുത്തിപ്പറിക്കാനെന്നി,യൊ-
രായുധമിക്കൈയെടുത്തീലാ.

ഞങ്ങളെക്കാത്തവളല്ലീ വണ്ടിയിൽ
മുന്നിൽ,ഗ്ഗമയിലിരിക്കുന്നു?
ഞങ്ങളും കാത്തവൾ... ഈ ഒരുമ്പെട്ടോ-
ളിന്നെന്തിന്റെ പുറപ്പാടോ?
ചാരിയിരിക്കാൻ തോക്കും! ഇവൾക്കീ
പോഴത്തം കേമത്തമെന്നായോ?
നീതി പുലർത്തുവോരെന്തേ തങ്ങളി-
ലോതുന്നു...? ബിംബം പിടിച്ചെന്നോ?
പഞ്ചലോഹത്തിൻ പൊരുളെന്തേ? വില
അഞ്ഞൂറു കോടി...! അതെന്താവോ?
കാക്കികളോതുന്നു..., കോടികളീശന്മാർ
നാട്ടുനട,പ്പതുമെന്താവാം?
അന്തമില്ലെന്നേ തോന്നുന്നതൊക്കെയും
മന്തന്മാർക്കീശ്വരനാകുന്നു!
പത്തഞ്ഞൂറോ കോടിയോ... ദൈവങ്ങ-
ളെത്രയെന്നാരാരറിയുന്നു?
മണ്ണിൽ,പ്പുഴുവിലും, പൂവിലും, കായിലും
വിണ്ണിലുമീശ്വരനല്ലല്ലീ?
ഏറെ യുഗങ്ങൾ പഴമ്പുരാണങ്ങളി-
ലൂറിപ്പരന്നതീപ്പയ്യാരം

കമ്പോളത്തിലൊതുങ്ങാപ്പണമി
പെൺകോലത്തിൻ വിലയെങ്കിൽ,
വിറ്റു തുലയ്ക്ക, കടൽത്തിരയ്ക്കെങ്കില-
തുത്തമം ഞങ്ങൾക്കിതെന്തിന്നോ?

വേണ്ടാ ദേവിക്കു ഞങ്ങളെയെങ്കിലോ
വേണ്ടാ ഇപ്പണ്ടാരം ഞങ്ങൾക്കും.
അപ്പുറത്തേയ്ക്കു കടക്കും പാലത്തി-
ന്നിപ്പുറത്തേയ്ക്കുമൊരേ നീളം.
വിറ്റു തുലയ്ക്കുവിൻ ചന്തയിലൊക്കെയും
കട്ടു മുടിക്കുവിൻ... എന്നാലും,
കള്ളന്മാരെന്നു വിളിച്ചിട്ടു ഞങ്ങളെ
കൊള്ളരുതാത്തവരാക്കല്ലേ...

നീറാക്കി നിങ്ങളീ നാടൊക്കെ... ഞങ്ങൾ പോയ്
നീറിക്കിടന്നോളാം ചാരത്തിൽ...
നാളെ,പ്പുതുമഴപ്പെയ്ത്തിൽ,ക്കുനിഞ്ഞൊരു
നേരിന്റെ നാമ്പു പൊടിച്ചേക്കും...

(2010)

## മൂവർണ്ണക്കൊടി

മണിക്കൂറുകൾ വന്ധ്യമേഘങ്ങൾക്കുള്ളിൽപ്പറ-
ന്നിറങ്ങി നില്പൂ മണ്ണിൽ വിമാനം മിഴിതാഴ്ത്തി.
മൂവർണ്ണക്കൊടി മൂടിയെടുത്തു ശവമഞ്ചം
താഴെയെത്തിപ്പൂ ദുഃഖം പേറിടും പട്ടാളക്കാർ.

അകലെ, അതിർത്തിക്കുമപ്പുറം കുഴിബോംബിൻ
പുകയും ചോരച്ചളിവാടയും ഉമിഴുന്ന
മണ്ണിൽനിന്നല്ലി അറ്റ തല, അക്കഴുത്തിന്മേൽ-
ത്തന്നെ,യിന്നലെ,ത്തുന്നി, ഇപ്പെട്ടിയടപ്പിച്ചു?

എത്രയായെന്നോ? പുറംചില്ലിനും ചെമ്പാണിക്കും
ചത്ത ദേഹത്തേക്കാളും വിലയുണ്ടെന്നേ കേൾപ്പൂ!
അപ്രിയം സത്യം വിളിച്ചോതാതെയിരിപ്പതേ
ബുദ്ധിയെന്നല്ലിയാപ്തവചനം, നയോപായം?

എങ്കിലും ഒരു വീരപുത്രൻതൻ ശവത്തിന്റെ
മുമ്പിലാനമ്രം നാടു കൊടി താഴ്ത്തിയേ നില്പൂ.
തോക്കുകൾ തലകീഴായ് പിടിപ്പൂ; മിഴിയെല്ലാം
ബൂട്ടുസ്സിൻ തിളക്കത്തിൽ ഊന്നുന്നൂ കരസേന.

പ്രഥമാമാത്യൻപോലും ഞെട്ടുന്നൂ, വിതുമ്പുന്നൂ,
പ്രതിപൂരുഷൻ വായിക്കുന്നു സന്ദേശം മൈക്കിൽ.
എഴുതിസ്സമർപ്പിച്ച വാചകം മന്ത്രിക്കുന്നി-
തെഴുനേ;റ്റിടറുന്ന സാദ്ധ്യക്ഷസഭ, പിന്നെ.

വീർപ്പടക്കുന്നൂ, മിഴി താഴ്ത്തുന്നൂ, കൈത്തണ്ടിന്മേൽ
നോക്കുന്നൂ, വിലപ്പെട്ടതല്ലി നീങ്ങിടും സൂചി?

മാറത്തു മിന്നും മുദ്ര തുന്നിയ സേനാപതി
കൂടിയും നിശ്വാസം നി,ന്നഭിവാദനം ചെയ്വൂ.

ചുറ്റിയ ഖദർസ്സിൽക്കുതൂമയിലെങ്ങാൻ പൊടി-
പറ്റുമെ,ന്നിടംകൈയിൽക്കോന്തലയൊതുക്കിയും,
ആന്തരക്ഷോഭം പൊറാഞ്ഞാവാം, തൻ മുഖം താഴ്ത്തി-
ക്കൊണ്ടു മണ്ണിനും നോവേറ്റാതെയും നടക്കുന്നു,

ക്യാമറക്കണ്ണെമ്പാടും നിറയുംപടി, മുന്നി-
ലാമന്ദം അമാത്യാഗ്രൻ! കണ്ണുനീർച്ചില്ലിൽപ്പെട്ടീ-
ലല്ലി തൻ മുഖമെന്നു പുരികം പൊക്കി,ത്തല
തെല്ലിടം ചെരി,ച്ചുടൻ കുനിച്ചും പിമ്പെത്തുന്നു

നാടു വാഴുവോർ, ദുഃഖം ഉടുപ്പിൻമീതേ കരി-
ഞ്ചേല ചീന്തിയ തുണ്ടിൽ കുത്തിയ നേതാക്കളും.
എന്തു ഗൗരവം! പെരുമാറ്റച്ചട്ടത്തെത്തെല്ലും
ലംഘിപ്പീലൊരുത്തനും കൺപൊക്കുന്നതിൽപ്പോലും.

വ്യഷ്ടിദുഃഖത്തെക്കാലോചിതമായ്സ്സമഷ്ടിതൻ
ദുഃഖമാക്കുക, സൂചി ഉടുപ്പിൽത്തുളയ്ക്കുക!
നിരയായ് പൂച്ചക്രങ്ങൾ വെക്കുക...! (താങ്ങാനാളു-
ള്ളതിനാൽ വരേണ്യത നെറ്റിവേർപ്പറിവീല!)

വ്യക്തമായത് കണ്ണിൽപ്പെടുംപടി പൂക്കളിൽ പേരു
കുത്തിവെച്ചിരിക്കുന്നു; വായിക്കാം ചിതയോളം.
മഞ്ഞ, പച്ചയും, തെച്ചിത്തുടുപ്പും, കുടമുല്ല-
വെണ്മയും; ചിതച്ചാരത്തിന്നൊരേ നിറമല്ലീ?

മൂടിയ ശവത്തിന്റെ മീതെയും പൂ വെക്കുന്ന
കാടത്തം! അതിലും തൻ നിറമേ വിളിച്ചോതും.
കുടിലിൻ മുറ്റത്തിറക്കുന്നൂ; ദിങ്മുഖം കീറി
ഇടി വെട്ടുന്നു, കൂമ്പു കത്തുന്നൂ തെങ്ങിൻതൈകൾ.

അലയാഴിപോലേന്തിപ്പിൻവലിയുന്നൂ ജനാ-
വലി; തോക്കുകൾ ചുറ്റും പൊങ്ങുന്നു, തല താഴ്ത്താൻ.
എന്തിനെന്നറിയാതെ വിങ്ങുന്നൂ ചുറ്റും നോക്കി-
ക്കെന്തുന്നൂ പിടി വിട്ടുപോയമട്ടൊരു ബാല്യം.

കോറ കീറുംപോൽ പൊട്ടിച്ചീന്തുന്നൂ കുടിലിന്റെ
വാതിലിൽ ചരടറ്റ പട്ടത്തിലൊരു ജന്മം.
ഏഴുലോകവുമൊന്നായ്ത്തകർന്നു തലയ്ക്കുമേൽ
വീണടിഞ്ഞതുപോലെ വാർദ്ധക്യം മരയ്ക്കുന്നു.

വെള്ളിടിവെട്ടിക്കത്തിക്കാളിയപോലേ തല-
തല്ലിവീണർദ്ധപ്രാണം തറയിൽ പെറ്റമ്മയും.
തിരമാലകളടങ്ങുന്നതു നോക്കി,ക്കാത്തു
നിലകൊൾകയോ? കാക്കി വേർത്തൊട്ടാൻ തുടങ്ങുന്നു.

''എന്നേക്കുമടഞ്ഞോരാക്കണ്ണൊന്നുംകൂടിക്കണ്ടു-
കൊള്ളട്ടേ...'' നീളുന്ന കൈ പതുക്കെത്തടയുന്നു;
മഞ്ചമേന്തുന്നൂ ഭടന്മാർ, തെക്കേത്തൊടിയിലെ
മണ്ടകത്തിനു ചാരെ, അലകൊണ്ടടങ്ങാത്ത
ജനസാഗരത്തിലെത്തുരുത്തായ്പ്പൊങ്ങും ചിത
യ്ക്കരികിൽ താഴ്ത്തീടുന്നു; മരവിച്ചൊരു ബാല്യം

ഓലോലമണയുന്നു, പൊതിഞ്ഞ പിതാവിന്റെ
കാ,ലവസാനം തൊട്ടു തൊഴുന്നൂ, ചിതയിലേ-
ക്കേതു കൈകളോ കേറ്റിക്കിടത്തി മൂടീടുന്നു.
ചെയ്യുന്നതെന്തെന്നോരാ,തബ്ബാല്യം പ്രദക്ഷിണം
ചെയ്തു, ചുറ്റിലും നിൽക്കും ഭടന്മാരുടെ കണ്ണിൽ
തീ കൊളുത്തുന്നൂ, മിഴി ചിമ്മുന്നൂ, ചുഴലവും
ക്യാമറയൊന്നൊന്നായി... കാൽവിരലൂന്നി,പ്പൊങ്ങി-
ത്തല നീട്ടുന്നൂ പിന്നിൽ നിൽപ്പവർ, പത്രത്തിൽ,ത്തൻ
മുഖവും കാണും നാളെ മന്ത്രിപുംഗവർക്കൊപ്പം!

സന്തപ്തകുടുംബത്തെയനുശോചനംകൊണ്ടു
സംതൃപ്തമാക്കി,ത്തിരിയുന്നു ചാനലിൻനേരെ.
''നൽകു,മാകാവും സഹായങ്ങളൊക്കെയും...'' വാക്കു
നൽകുന്നൂ, കാറോരോന്നായ്ത്തുടുകൺമിഴിക്കുന്നു.

കൊടി കുത്തിയ കാറിൽ ബോംബുപൊട്ടായ്‌വാ,നക-
മ്പടിതൻ നീളും നിര മുമ്പിലും പിറകിലും.
തുടുത്ത ബോർഡിൻ പിന്നിൽ കലക്ടർ, മുറ തെറ്റാ-
തരിച്ചീടുന്നു നാട്ടിൽ എണ്ണപ്പെട്ടവരൊക്കെ.

അടങ്ങി തിര മെല്ലെ. അയൽപക്കത്തെ,ത്തേങ്ങും-
കുടിലിൻ മോന്തായത്തിൽ ഇഴഞ്ഞു നീലപ്പുക.
വേലി വന്നിറങ്ങിയ മണലിൽക്കാണായ് നീണ്ടു-
പോകുമായിരം കാൽപ്പാ,ടകലെ ക്ഷിതിജാന്തം.

കരയിൽ തലതല്ലി,ത്തിളയ്ക്കും വാനം നോക്കി
തിരയുണ്ണുന്നൂ നിലമഞ്ഞണിക്കടൽസ്വപ്നം.
പെങ്ങളേ! നിരാലംബ നിൻ നോവിന്നുപശാന്തി
ഭംഗിവാക്കിലോ! നിന്നെയോർത്തകം കനക്കുന്നു.

മക്കളെക്കുറിച്ചുള്ളം തിളയ്ക്കെ,ത്തണുപ്പേകാ-
നെത്തുകില്ലാരും. നീയേ നിനക്കു തുണ മേലിൽ.
ഏകനാ,യപാരജീവിതതീരത്തിൽ,ക്കക്കെ-
തേടവേ, തന്നച്ഛനെങ്ങെന്നു വീർപ്പിടുമുണ്ണി,
നിൻ കണ്ണിലുദ്വേഗത്തോടുറ്റുനോക്കീടാം, ഉള്ളിൽ-
ക്കണ്ടെനക്ഷരം വായിച്ചെടുക്കാം നിത്യം സത്യം.

ജീവിതം നമുക്കൊന്നേയുള്ളു. നാം അതു പാലി-
ച്ചീടുവാൻ അതേ വീണ്ടും പണയപ്പെടുത്തുന്നു.
മേനി നാടിനെച്ചൊല്ലിപ്പറയാം; ആപൽക്കാല-
ത്തീശനും മിഴി തുറക്കില്ല നമ്മുടെ നേരെ.

അമ്മയ്ക്കില്ലന്യാശ്രയം; അച്ഛനും അഭയം നിൻ
കുഞ്ഞിനും നീയേ കൊടുങ്കാറ്റിലും, ഉലയായ്ക!
മന്ത്രിപുത്രിയെ മീളാൻ ഭീകരന്മാർതൻ പാദ-
പംക്തികൾ കഴുകുന്ന* വിശുദ്ധന്മാരീ നാട്ടിൽ
നമ്മൾതൻ പ്രാണൻ ചെത്തിൽപ്പിടയുമ്പോഴും കിനാ-
വുണ്ണും. ഇന്ധനം നമ്മൾ അവർതന്നാഘോഷത്തിൽ.

(2005)

---

* രാജ്യദ്രോഹികളായ ഭീകരവാദികൾ മന്ത്രിപുത്രിയെ തട്ടിക്കൊണ്ടുപോയി, തടവാലാക്കിയ കൂട്ടുകാരുടെ മോചനത്തിനായി വില പേശിയപ്പോൾ, ഭരണകൂടം അവരുമായി സന്ധി ചെയ്തത് സ്വതന്ത്ര ഇന്ത്യയിലെ ചരിത്രത്തിലെ ഒരേട്.

## കാലസാക്ഷികൾ

ഓർക്കാറുണ്ടൊരിളംതെന്നൽ
ഉരുമ്മിപ്പോകെ, ഇപ്പൊഴും
അച്ഛൻ തളിർച്ചോപ്പിൽ ഓതി-
ത്തന്ന വീരകഥാഗ്നികൾ.

പണ്ടാ,ണേറെപ്പണ്ടുപണ്ട്
മുതുമുത്തച്ഛനായൊരാൾ
ഉണ്ടായിരുന്നുപോൽ ചക്ര-
വാളം പൊക്കും മഹാബലൻ.

കല്പാന്തഘനപർജ്ജന്യ-
പ്പെയ്ത്തിൽ,ഭൂവാണ്ടുപോകിലും
കടയ്ക്കൊപ്പം പെരുംകൊമ്പും
ഇടിഞ്ഞൂർന്നു പതിക്കിലും,

മണ്ണിലൂന്നിയ വേരാകെ-
പ്പൊട്ടിച്ചീന്തിപ്പിടയ്ക്കിലും,
പടർന്ന വേരിന്നടിയിൽ-
ദ്ധര വിണ്ടു കിതയ്ക്കിലും,

പ്രളയങ്ങൾ ചുഴിക്കുത്തിൽ
ജടചിന്നിയടിക്കിലും
ദൃഢവ്രതൻ നിന്നുപോലും
യുഗസന്ധിക്കു സാക്ഷിയായ്.

കത്തുമർക്കൻ വിഹായസ്സിൽ,
ചുറ്റുമർണ്ണവതാണ്ഡവം,

പഞ്ചപുച്ഛമടക്കി,ക്കാ-
തോർത്തു നിൽക്കുന്ന കാലവും!

പതത്രം വാടിയെത്തുന്നോർ,
നാലുകാലും തളർന്നവർ,
എല്ലാർക്കുമവനം തുല്യം
മുതുമുത്തച്ഛനേകിപോൽ.

ആ മഹാഭാഗനിൽ പ്രാണ-
ബലമായുജ്ജ്വലിച്ചുപോൽ
ഊർദ്ധ്വമൂല,മധഃശാഖ-
മൊരു പൂർവികചേതന.

**രണ്ട്**

ബലൻ ദുർബ്ബലനെക്കൊന്നു
തിന്നും. നിയതിനീതിതാൻ.
വിശപ്പു തീർന്നാൽ സൂക്ഷിക്കി-
ല്ലെച്ചിൽ പിറ്റേന്നു തിന്നുവാൻ.

കോമ്പല്ലിൽക്കേഴയെക്കോർത്തു
ചീന്തിത്തിന്നു മയങ്ങവേ,
വിശന്നെത്തും മാൻകിടാവി-
ന്നേകുമമ്മിഞ്ഞ സിംഹിയും.

പരാന്നം മൃതി;യദ്ധ്വാന-
മമൃതം; കഴ*ലൂന്നുവാൻ
കനിഞ്ഞവനിയേകുന്നൊ-
രിടം... കൃതികളല്ലി നാം?

വദാന്യം വാരിദം; വേരു-
പടർത്താം വിണ്ണിലിച്ഛപോൽ;
സ്വർഗ്ഗം കൊതിക്കും വാത്സല്യം
ചുരത്തുന്ന മഹീതലം.

---

* കഴൽ: കാൽച്ചുവട്. (വേര് എന്നും)

ഇപ്രപഞ്ചവിധാനത്തിൽ
പെരുകാൻ, നിലനിൽക്കുവാൻ
ചരങ്ങൾക്ക,ചരങ്ങൾക്കും
വിശപ്പാണാദികാരണം.

ചാരിനിൽക്കും മാമരങ്ങൾ
കാറ്റിൽ കൊമ്പുകൾ കോർത്തിടാം;
തോളിൽത്തോൾചേർത്തു തേടുന്നി-
തടിവേരുകളൂറ്റുകൾ.

മണ്ണിലൂന്നും ബന്ധമറ്റു
നാനാ ദിശയിൽ നീങ്ങുവാൻ
കാലുകൾക്കായതെന്ന്, അന്നാ-
ണൊടുക്കത്തിൻ തുടക്കവും.

വിടരും സാഹചര്യങ്ങൾ
ആവശ്യങ്ങളെ വേൾക്കവേ,
മുളയ്ക്കുന്നൂ കന്നിമണ്ണിൽ
നൂറു നൂതന വിദ്യകൾ.

കാട്ടിന്നഗാധാന്തരത്തിൽ
തീറ്റ തേടി നടക്കവേ,
കുതികാൽവിദ്യ തേറീപോൽ
അതിമോഹം പൊടുന്നനെ.

ഒരുമിച്ചു നടക്കുമ്പോൾ
കാലൂന്നും പൊടിമണ്ണിനും
ശങ്ക തോന്നാതനായാസം
സഹജാതനെ വീഴ്ത്തുവാൻ

മുൻകാൽകളുപയോഗിക്കാം,
കൊന്നു തിന്നാം പതുക്കനെ.
ഇര കൂടെ വരുമ്പോഴും
തേടിപ്പോം മന്ദബുദ്ധികൾ!

## മൂന്ന്

നടക്കാൻ, ഓടുവാനല്ലാ-
തുപയോഗിക്ക കാരണം
മുൻകാൽകൾക്കുളവാ,യന്നു-
തൊട്ടു ബാഹു*ക്കളെന്ന പേർ

മെല്ലെ മെല്ലെ നിവർന്നൂപോൽ
മുതുകെല്ല്, ഇരുകാലിലായ്
നടത്തം; നരനെന്നായീ
പേർ; കോലം കെട്ട ജീവിയായ്.

ദൂരെയെങ്ങാനവൻ വന്നാൽ
പതംഗങ്ങൾ പറന്നുപോം;
ഉരഗങ്ങൾ പുനം തേടും;
മൃഗം ഗഹനഗഹ്വരം.

നീങ്ങാനാവാതെ നിന്നേടം
നിന്നു വിങ്ങും മഹീരുഹം;
മരിച്ചാൽ പുലയുള്ളോരാ-
ണെന്നു നമ്മൾ മറക്കയായ്.

കാട്ടിലെജ്ജീവജാലത്തെ-
യാകെ,ത്തൻ വരുതിക്കകം
നിർത്താം; ചൊൽപ്പടിയാടിക്കാ-
മെന്നേ നരദുരാഗ്രഹം.

കല്ലെടുത്തെറിയാൻ, പിന്നെ
വില്ലെടുത്തു കുലയ്ക്കുവാൻ,
ഒളിയമ്പെയ്തു വീഴ്ത്താനും
കുതന്ത്രങ്ങൾ തൊടുക്കയായ്.

കിളിപ്പിടച്ചിലിൽ,ത്തന്റെ-
യുന്നമോർത്തൂറ്റമേലുവാൻ,

* ബാഹു: കൈ. (ശത്രുക്കളെ എതിർക്കുന്നതുകൊണ്ട്) മൃഗങ്ങളുടെ മുൻകാൽ എന്നും.

കേഴുന്നൊരിണതൻ നേർക്കും
കാതോളം ഞാൺ വലിക്കുവാൻ,

അധികാരം കൈയടക്കാൻ,
അതു ശാശ്വതമാക്കുവാൻ,
അന്യൻ ആയതു കൈയേറാൻ
ഇടയാവാതിരിക്കുവാൻ,

കൂടെയെന്നും നടക്കുമ്പോൾ
തന്റെ സന്തതിയാകിലും
തനിക്കു കൂടക്കാൽ വെക്കാ-
നിടയാവാതിരിക്കുവാൻ,

രക്തബന്ധമുറപ്പിക്കാൻ
ഇരുപേരുടെ നെഞ്ചിലും
കരവാളംകൊണ്ടു കോറി
അന്യോന്യം ചോര നക്കുവോൻ,

മൃതി പൂകും പിതാവിന്റെ-
യഷ്ടസിദ്ധികൾ തന്നിലേ-
ക്കാവാഹിക്കാൻ തദ്ഹൃദന്തം
ചൂടാറുംമുമ്പു തിന്നുവോൻ,

ഉള്ളിൽ ചങ്ങല പൊട്ടിക്കും
മദംപാടിനു പെങ്ങളും
അമ്മയും കേവലം പെണ്ണെ-
ന്നെണ്ണി പ്രാപിച്ചുപോരുവോൻ,

കുലത്തിന്നതിർ ലംഘിച്ചു
തന്നീശിത പടുംപടി
പരയോനി കളംതീണ്ടാ-
നിടയാവാതിരിക്കുവാൻ

ജന്മം നൽകിപ്പുലർത്തുന്ന
തന്റെ പെൺകുഞ്ഞിലും സ്വയം
ഋതുവാകുംമുമ്പിലേ താൻ
ബീജാധാനം നടത്തുവോൻ,

കൺവെട്ടത്തുള്ളതഖിലം,
കണ്ണെത്താപ്പുറമുള്ളതും
തനിക്കുമാത്രമാകല്പ-
വിരുത്തിക്കെന്നു നണ്ണുവോൻ,

സപ്തദ്വീപങ്ങൾ, വായുക്കൾ,
സപ്തരത്നാകരങ്ങളും
സപ്തമേഘങ്ങളും തന്റെ
വരുതിക്കെന്നു നണ്ണുവോൻ,

ചുറ്റും പാരാവാരമാർക്കും
കൊടുങ്കാടു തിരഞ്ഞുചെ-
ന്നെതിർവാക്കിൻ നാക്കരിഞ്ഞു
നേരേ നാടു കടത്തുവോൻ,

വെട്ടത്തിലന്ധതാമിസ്രം
ഇരുട്ടിലതിവെട്ടവും
പിഢാകരണമെന്നുള്ള
തിരിച്ചറിവു നേടിയോൻ,

തുറുങ്കിലായിരം മദ്ധ്യാ-
ഹ്നാർക്കപ്രഭയിൽ നഗ്നനായ്
തല കീഴായ് തൂക്കി, വാതിൽ
പൂട്ടി,ക്കാവലിരിക്കുവോൻ.

പുല്ലിന്നും, മാമരത്തിന്നും,
ആറ്റുനീരിനു, കാറ്റിനും,
ആളും തീയിന്നു, മണ്ണിന്നും
അവനെബ്ഭയമാണുപോൽ.

"കുലം വിത്തോടെ, വേരോടെ
മുടിഞ്ഞേപോക!" എന്നിതാ
നെഞ്ചിൽ കൈവെച്ചു നീറുന്നൂ
മാനം, കടലുമൂഴിയും.

## നാല്

അവൻതൻ ചണ്ഡകർമ്മം ക-
ണ്ടാമൂലാഗ്രം ജ്വലിക്കവേ,
വെട്ടിവീഴ്ത്തിക്കളഞ്ഞൂപോൽ
മുതുമുത്തച്ഛനെ ഖലൻ.

തുടുചോരത്തുള്ളി ചിന്നി
കരിങ്കല്ലിന്നിളുമ്പിലായ്-
പ്പറ്റി,ക്കാലം തുടുത്തപ്പോൾ
മുത്തച്ഛൻ മുളപൊട്ടിപോൽ.

തെറിക്കും ചോരതൻ വീരം
തന്റെ വേരിന്റെ സാരമായ്
തിരിച്ചോരും മഹാപാദൻ
ആയിരം ശ്രാദ്ധമൂട്ടിപോൽ.

മഹാപാതമുലയ്ക്കാത്ത
ശിഖരങ്ങളുയർത്തിയും,
തിളയ്ക്കുമഗ്നി വർഷിക്കും
മിഴി മാനത്തുടക്കിയും,

ഉരുകും കരളോടന്ന്
മുത്തച്ഛൻ, നിയതേന്ദ്രിയൻ
പൊട്ടിച്ചിന്നും കരിംപാറ-
യ്ക്കൊപ്പമട്ടഹസിച്ചുപോൽ:

"അനിമേഷം ചക്രവാളം
കാത്തുപോരുമുഡുക്കളേ!
ലോകം രാപകലീക്ഷിക്കു-
മായിരം ചന്ദ്രസൂര്യരേ!

കാലാൽത്തട്ടിയുരുട്ടുന്ന
ഭൂഗോളത്തിലനാരതം
മഹാർബ്ബുദം പടരന്നേറു-
ന്നതു കണ്ണിനു പൂര*മോ?

---

* പൂരം: ഉത്സവം. (കർപ്പൂരം എന്നും)

കുഞ്ഞിക്കല്ലാറ്റിലേക്കാഴം
നോക്കാൻ കുഞ്ഞെ,റിയുന്നപോൽ
കാലാഗ്നിയിലിതും തട്ടി-
യിട്ടു പൊട്ടിച്ചിരിക്കുക!''

### അഞ്ച്

മുത്തച്ഛനന്നു തർപ്പിച്ച
നീറ്റിൽ അച്ഛൻ കിളിർത്തുപോൽ,
ഉള്ളിൽ പൂവിട്ടുപോൽ കർമ്മ-
സാക്ഷിത്വം തന്നിയോഗമായ്.

### ആറ്

കാലാനുസാരം മാറുന്നൂ
പീഡകൻ, പീഡനക്രമം.
കാലസാക്ഷികൾ പൂർവ്വന്മാർ
എന്റെ മാർഗനിദർശകർ.

പുലരിക്കതിരിന്നൊപ്പം
തളിർനർമ്മങ്ങളോതിയും,
കാണാക്കവിളിയിൽ കൂടൊ-
ന്നൊരുക്കാൻ നാരു തേടിയും

പറന്നെത്തും കിളികളേ!
കറുത്ത കടലും കട-
ന്നാകെ വാടി,ത്തെല്ലിളയ്ക്കാൻ
വന്നെത്തും വാർദ്ധകങ്ങളേ!

തുള്ളിച്ചാടാൻ, വീണുരുണ്ടു
തിമർക്കാൻ, കലഹിക്കുവാൻ,
തളർന്നാലും സജിജ്ഞാസം,
സശ്രദ്ധം കഥ കേൾക്കുവാൻ

കാതോർക്കും നിഷ്കളങ്കത്വ-
ങ്ങളേ! വീരപ്രസുക്കളേ!
എന്റെ പൈതൃകമീ വീര-
ഗാഥ കേട്ടു മടങ്ങുക.

പിറനാടിൻ നടയ്,ക്കാത്മ-
ബലിയർപ്പിച്ച ധീരരെ,
അവർ നമ്മളെയേല്പിച്ചൊ-
രനന്യാലംബനങ്ങളെ,

ചുഴലിക്കു വഴങ്ങാതെ
തല പൊന്തിച്ചു നിൽക്കിലും
കൊടും കുഠാരമേറ്റാടി-
വീണടിഞ്ഞ വനങ്ങളെ,

തകർക്കുവാൻ കൂടു തല്ലി,
പട്ട പക്ഷപുടങ്ങളെ,
കാലിൽ തുടൽത്തുണ്ടു ചിന്നം-
വിളിക്കുന്ന നദങ്ങളെ,

വിരലീമ്പി വരുംകാലം
ഉറങ്ങും ചെറുവിത്തിനെ,
നാളെയീരില നിർത്താൻ കു-
മ്പിട്ടു നീരുന്ന നാമ്പിനെ,

നവോദയം കിനാവിൽക്ക-
ണ്ടിമ ചിമ്മിത്തുറക്കവേ,
തുടുപീലി തിറമ്പിക്കു-
മായിരം കർമ്മസാക്ഷിയെ,

ഓർമ്മിക്കുകനിശം, തൊട്ടു-
പിന്നിൽ കോമ്പല്ലണച്ചുകൊ-
ണ്ടെത്തും കരാളരാവെന്നും
മറക്കാതെയിരിക്കുക!

മടങ്ങുംമുമ്പെ ഈ മണ്ണിൽ
തൊട്ടു മൂർദ്ധനി വെക്കുക,
ആ വിരൽത്തുമ്പു നിറുകിൽ
നിത്യം നീറിക്കിടക്കുക!

(2012)

## കടവ്

നരജീവിതമിങ്ങിരുൾക്കടൽ-
ത്തിരയിൽച്ചുറ്റുമനന്തയാനമോ?
എവിടന്ന് തുടക്കം? എങ്ങു ചെ-
ന്നൊടുവിൽച്ചേരു,മറിഞ്ഞതാരുവാൻ?

മൃതി, മർത്ത്യർ തുടർന്നിടും മഹാ-
ഗതിയിൽ,ക്കാലിടറാതനാകുലം
തടവറ്റു കടന്നിടേണ്ടതാം
കടവാണെന്നതുമോർപ്പതാരുവാൻ?

മുറപോൽ കടവത്തണഞ്ഞു നാം
വരി നിന്നീടുക. മുമ്പെയെത്തിയോർ
വിരവോടു കടക്കും ഊഴമാം-
വരെയും കാക്കുകയെന്നതേ വരം

ഉഡുപം വരെയും സദാ തിള-
ച്ചുരുകി,ത്തീയലയാർന്ന സൈകതം.
അടിവയ്ക്കുകിൽ വീഴുമെന്നു മ-
ക്കളെ,യൂന്നും വടിയായ് ക്ഷണിക്കയോ?

ചിരസഞ്ചിതവിത്തമോ, പരം
പുരുഭൂതിപ്രദരാം കിടാങ്ങളോ,
ഒരുമിച്ചു വരില്ല തോണിയിൽ,
തിരതല്ലും സുഹൃദോത്സവങ്ങളോ.

കടവത്തു കണക്കു തീർത്തുതാൻ
തുടരേണം ഗതി; ഭൂതപംക്തിയിൽ

ഉടൽ ചേർന്നപടിക്കു ചേർക്കണം,
കടമോതാനെളുതല്ലൊരാൾക്കുമേ.

അറിയില്ലൊരുവന്നു,മപ്പുറ-
ത്തിരുളോ നൂററുണപ്രഭാവമോ?
അറിവീ,ലിവിടേക്കയച്ചതിൻ
പൊരുളും. മർത്ത്യതയെന്തനർത്ഥത!

ഇഹമാണറിവെ,ന്നഹന്തയിൽ
സഹവാസം മനുജന്നു തങ്ങളിൽ.
സ്വയമാരറിയുന്നു? കാണ്മതിൻ-
നിയതാർത്ഥം നിഴലോ വെളിച്ചമോ?

സ്വകകർമ്മവിവേചനത്തിൽ ഉ-
ള്ളിടറാതാസ്ഥയൊടാചരിക്കുക;
ഫലമെന്തു ദുരന്തമാകിലും
സ്ഥിതിയായ്ത്തന്നെ വരിപ്പതേ വരം.

തെളിവായിവയൊക്കെ നീലവിൺ-
തലം ഉൾക്കൊണ്ട തടാകമെന്നപോൽ
വെളിവാക്കുകയല്ലിയമ്മ, നി-
ശ്ചലമാം കാറ്റു കണക്കണഞ്ഞിതാ.

കൃതകൃത്യത, അർത്ഥപൂർണ്ണമാം
പദവും പൂർണ്ണവിരാമവുംപടി
സ്വതശുദ്ധിയൊടുജ്ജ്വലിച്ചിടും
വദനം! തോണിയടുത്തണഞ്ഞിതോ?

അടിവെച്ചടിവെച്ചു ചെന്നു കാ-
ലിടറാതായതിലേറി നീങ്ങവേ,
തുടികൊട്ടുകയായിപോൽ നദീ-
തടവും നീൾത്തുഴ നീട്ടവേ മൃതി.

ചിതയന്നു തിരിച്ചണച്ചുപോൽ
ദിവി വേണുംപടി, മണ്ണിലുംവരെ

ഒരു ഭൗതികപിണ്ഡം. ആർക്കുമി-
ല്ലിനി വീടാക്കടമോർത്തു നൽകുവാൻ.

തുടുഹൃത്തു പിഴിഞ്ഞു തർപ്പണം
കടവെത്തുംവരെയാചരിക്കുവാൻ,
കടമൊക്കെയടച്ചുതീർക്കുവാൻ
കടമപ്പെട്ടവൻ... ഓർത്തിരുന്നു ഞാൻ.

ഇനിയെ,ന്തിനിയെന്ത്? ദർഭതൻ-
വിരി? കൈക്കുമ്പിളിലൂർന്നിടും ജലം?
അനിബാധമകത്തു നിശ്ചലം
തിരി നീട്ടും തുടുനിലനാളമോ?

മനമെങ്ങനെ ശാന്തിയേലുമീ-
ബലികർമ്മങ്ങൾ നിരർത്ഥകങ്ങളിൽ?
കനലാഴി,യനാസ്പദം പദാ-
വലി മന്ത്രിപ്പതുകൊണ്ടടങ്ങുമോ?

ഒരു കൈപ്പിടി വറ്റെനിക്കു നൽ-
കണ,മെന്നമ്മ കുടിച്ചതത്രയും
മണലിൽത്തിരതല്ലിടുന്നിതി-
ങ്ങുരുകും രാവു കണക്കനാരതം.

നിജ ജീവിതയാനമാകവേ
വിനയാദ്ധ്വാവിൽ നയിച്ചൊരമ്മയെ
ഒരുനാളുപവാസമാചരി-
ച്ചറിയും ശ്രാദ്ധികകർമ്മമെൻ വഴി.

ഇതിലും പരിശുദ്ധമായ്, അനു-
ത്തമമായ് ഏതു തിലോദകക്രിയ?
അണുതോറുമറിഞ്ഞിടുന്നിതീ-
യുപവാസത്തിൽ, വിശപ്പിൽ അമ്മയെ!

(2005)

# ആദിവാസി

**ചോ**ദിക്കുന്നു നീ എന്റെ പേരെന്തെ,ന്നാവർത്തിച്ചു
വാദിക്കുന്നു നീ പേരുണ്ടാകുമെന്നെല്ലാവർക്കും.
പേരെന്തുമാകാം വീട്ടുനമ്പരും നിനക്കതു
തേറുമോ ചൊന്നാൽ, എന്നും പേരിലേ പുലർന്നൂ നീ.
എന്റെയെന്നൂറ്റംകൊള്ളാനൂരും, ഊരിലെങ്ങാനും
സ്വന്തമായ് കെട്ടിപ്പൊതിഞ്ഞൊരു കൂരയുമില്ല.
മണ്ണിലേതൊരു മരച്ചോടുമെൻ വീടാണ്; എന്റെ
കുഞ്ഞിനെയെൻ കെട്ടിയോൾ പെറ്റതുമിതേ വീട്ടിൽ.
ഇവിടെച്ചുട്ടും തിന്നും കുടിച്ചും കിടക്കാനും
ഇനിമേൽ വേണം നിന്റെ വാറോലയെന്നോ ഭാവം?

വലിയ തറവാടും, വെളുത്ത തോലും, കൊല്ലും
കൊലയും തിട്ടൂരത്തിൻ പിന്നുറപ്പുമുണ്ടെങ്കിൽ
കാടു കൈയേറാം, വെട്ടി നിരത്താം, തീയിട്ടെല്ലാ-
ക്കൂരയും വെണ്ണീറാക്കി ലഹരിക്കൃഷിയേറ്റാം.
എന്റെ പുൽക്കുടിൽ, പണ്ടച്ഛന്റെ, പണ്ടേപ്പണ്ട,ച്ചാ-
ച്ഛന്റെ... നീയെല്ലാം ചുട്ടു കലക്കിക്കുടിച്ചില്ലേ?
എൻ കുഞ്ഞുമരച്ചോട്ടിൽ പൊറുക്കും. കലികൊണ്ട
നിന്റെ കിങ്കരർ വീർത്ത വയറ്റത്തറഞ്ഞീല.
അതിനാൽ, മരക്കൊമ്പിലാടുന്ന ചാക്കിൻ തുണ്ടിൽ
മയങ്ങും മകൻ, കിളിപ്പാട്ടിൽ തൻ വിരലീമ്പി.

കുത്തണമടയാളം നിൻപേർക്ക്, വിളിപ്പൂ നീ-
യൊത്തുപോരുവാൻ, വിരൽത്തുമ്പിൽ നിൻമഷിതേക്കാൻ

കുത്തണമടയാളം നിന്റെ പേർക്ക്, അതിന്നേട്ടിൽ-
ക്കുത്തിയ വീടും പേരും കൽപിച്ചു നീട്ടുന്നു നീ.
ഇന്നു നീ നീട്ടും തുണ്ടിൽ പതിയും പേരും, മണ്ണി-
ലെങ്ങുമില്ലാത്തോരീവീ,ടിന്നമ്പരെല്ലാം മേലിൽ
എങ്ങനെ സൂക്ഷിക്കും ഞാൻ ഈ വഴിമരച്ചോട്ടിൽ,
പൊങ്ങിയ വേരിൽ തലചായ്ച്ചു നാൾ കഴിക്കുമ്പോൾ?

അറിവുള്ളവർ ചൊല്ലിക്കേട്ടിരിക്കുന്നൂ നിന്റെ
വരനക്ഷത്രക്കൊട്ടാരങ്ങളെപ്പറ്റിപ്പണ്ടേ.
അതിലെ സ്വർഗ്ഗങ്ങളെപ്പറ്റി, ഒക്കെയും പാലി-
പ്പതിനായ് നീ പാലിക്കും പണ്ടാരങ്ങളെപ്പറ്റി.
അറിവുള്ളവർ ചൊല്ലിക്കേട്ടിരിക്കുന്നൂ നിന്റെ
വരദാനമാം എച്ചിൽ തിന്നുപോന്നോരെപ്പറ്റി.
ഇരുളിൽ പച്ചക്കാമം പിച്ചിച്ചീന്തി നീയേകും
രതിപീഡയെ,ത്തന്തയില്ലാക്കുഞ്ഞിനെപ്പറ്റി.

നേരുചൊല്ലുകയാവാമറിവാളന്മാർ. നാളെ
നാടുവാഴിയായ്ത്തന്നെ നിനക്കു തിരിച്ചെത്താൻ
നിന്റെ പേരിന്മേൽ കെട്ട മഷി തേച്ചൊരു വിരൽ-
കൊണ്ടു ഞങ്ങളുംകൂടി ചാപ്പകുത്തണമത്രെ.

അതിനാൽ മരപ്പൊത്തിൽ പൊറുക്കുന്നോർക്കും പേരും
കുടിയും തുണ്ടിൽക്കുറിച്ചേകുവാനെത്തുന്നൂ നീ.
വാഴുക! പേരില്ലാത്തോർക്കെഴുതി,ത്തന്റെതാക്കു-
കൂഴിയും; പണ്ടേ ഞങ്ങൾ അക്ഷരം തിരിയാത്തോർ.
എങ്കിലും നിന്നെത്തിരിച്ചറിയാം ഇരുട്ടത്തും;
പമ്മിനിന്നാൽ ഈ മരച്ചോട്ടിൽ നിൻ കുഴി തോണ്ടും.

കാട്ടുചേനയും ചുട്ടു തിന്നുമ്പോൾ, കുത്തിപ്പറി-
ച്ചൂറ്റിയ ചുടുവേർപ്പേ ഞങ്ങളുപ്പാക്കാറുള്ളൂ.
നിന്റെയൗദാര്യത്തിന്റെയെച്ചിൽ തീറ്റുവാൻ വന്നാൽ
ചങ്കിലെ മുഴ പറിച്ചെറിയും മുഖം നോക്കി.

(2010)

## ആനപ്പിണ്ടി

(നാടിനെ മോചനത്തിലേക്കു നയിച്ച മഹാപ്രസ്ഥാനം. ആഗോളാദരവിലും ആകാശത്തോളം വിനയംകൊണ്ട നേതാവ്. ഞാനോർത്തു: മഹാക്ഷേത്രം, തലപ്പൊക്കമുള്ള കൊമ്പനാന, സ്വർണ്ണത്തിടമ്പ്, നിറന്ന എഴുന്നള്ളിപ്പും. ആന ചെരിഞ്ഞു. പ്രദക്ഷിണവഴിയിൽ ആനപ്പിണ്ടി, ആനച്ചൂരും. എഴുന്നള്ളിപ്പിന് കുറവേതുമില്ല. അപ്പോൾ, ഇങ്ങനെയൊരു കവിത.)

**കോ**വിലിലുത്സവമേളം-കൊടി-
ക്കൂറകൾ കാറ്റിലാലോലം!

കാലവും താങ്ങി നിറുത്താൻ-പോരും
കാലുകളുള്ളതുമൂലം,
വെമ്പുമുഡുക്കൾ പെറുക്കാൻ-നീളും
തുമ്പിക്കൈയുള്ളതുമൂലം,
വിണ്ടലം കോർത്തു പൊന്തിക്കാൻ-പോരും
രണ്ടു കൊമ്പുള്ളതുമൂലം,
പിമ്പേ നടക്കുവാനിമ്പം-വാലിൻ-
തുമ്പിലും മോതിരക്കമ്പം!

എന്തു നട! തലപ്പൊക്കം!-ആനയ്-
ക്കെന്തുമെരുക്കമൊതുക്കം!
കൊട്ടും, കുഴലു, തീവെട്ടി!-മുന്നിൽ
കുത്തുവിളക്കൊളിവെട്ടം
കീർത്തനാലാപനമേളം-പിന്നി-
ലാർപ്പുവിളി, കരതാളം!

ഇന്ദ്രധനുസ്സിനുമേലെ-പൂർണ്ണ-
ചന്ദ്രനുദിച്ചതുപോലെ,

കാലത്തിൻ വക്കിൽ തെളിയും-തന്റെ
കാലടി വെച്ചാന പോയി.

കാലത്തു പിറ്റേന്നു കണ്ടു-ആന-
ക്കാലടി മായ്ച്ചൊരു പിണ്ടി!
'ആന!' 'ഇതാന!' യെന്നാർത്തൂ,-ഭക്ത-
രായതു കുമ്പിട്ടെടുത്തു.
''മോചന* മെത്തുംവരേക്കും-നമ്മെ-
നേരേ വഴിക്കു നയിക്കും!
ആനച്ചൂരില്ലെന്നു വന്നാൽ-കപ്പി-
ത്താനില്ലാക്കപ്പലാം നമ്മൾ''

തോട്ടിയെടുത്തവർക്കെല്ലാം-ഒന്നാം-
പാപ്പാനെന്നു പേരല്ലോ!
കൊമ്പു പിടിച്ച കൈകൊണ്ടേ-ആന-
പ്പിണ്ടി ചുമക്കുന്നുമുണ്ടേ!

പാത്രങ്ങൾ നക്കി നായ്ക്കൂട്ടം-മഹാ-
ക്ഷേത്രത്തിനുള്ളിൽ നെട്ടോട്ടം!

(2021)

* മോചനം - മോക്ഷം

## മുദ്രമോതിരം

(അധികാരം ഒരു കനകച്ചൂണ്ടലാണ്. അതിന്റെ തിളക്കം മതി, സമനില തെറ്റിക്കാൻ. ഓരോ തവണ ഭരണം മാറുമ്പോഴും, ആ ചൂണ്ടൽത്തിളക്കം ഉള്ളിലുടക്കി കടഞ്ഞുകുടയുന്ന, നമ്മുടെ നാട്ടിലെ രണ്ടാംനിര രാഷ്ട്രീയ നേതാക്കന്മാരുടെ പരക്കപാച്ചിൽ കാണുമ്പോൾ സഹതാപം തോന്നിയിട്ടുണ്ട്. അതിൽനിന്ന് മുളപൊട്ടിയതാണീ കവിത)

**അ**മ്മാമൻ വാഴ്ചയൊഴിഞ്ഞാലും
നമ്മൾക്കീ നാട്ടിൽപ്പൊറുക്കേണം.
കാശിയിൽപ്പോകാമമ്മാമ,-
ന്നാശിച്ചപോലെ കഴിഞ്ഞീടാം.
പരവ കടപ്പും സുഖംതന്നെ,
പരദേശം ഭണ്ഡാരപ്പുരയല്ലോ.
അപ്പടിക്കുള്ളോരുപായങ്ങൾ
എപ്പൊഴേ ചെയ്തിട്ടുണ്ടമ്മാമൻ.
ആരുമുയർത്തുകയില്ലാ തൻ
നേരേ ചൂണ്ടുവിരൽപോലും.

അമ്മാമൻ വാഴുന്ന കാലത്തപസ്വര-
മെങ്ങും തിടം വെച്ചുയർന്നീലാ.
ആരാനുമൊറ്റയാനായിക്കുറുമ്പുക-
ളേറിക്കലാപം കുറിച്ചാലോ,
വെയിലൊരു നാളുമുദിക്കില്ലുയിരുള്ളിൽ
പടുതിരികത്തിക്കെടുവോളം.

ശക്രപരാക്രമി വല്യമ്മാമനൊ-
രുഗ്രപ്രതാപം വാഴുമ്പോൾ

ഏഴുചുഴലിക്കാറ്റും കല്ലറ-
ത്താഴിൽപ്പത്തി ചുരുക്കുന്നു.
കന്നം ചോരും ദിഗ്ഗജം കൂടിയാ
മുന്നിൽ നടകൾ മടക്കുന്നു.
ഏഴാഴിയാകെച്ചുറഞ്ഞു തീരം തകർ-
ത്തൂഴി വിഴുങ്ങാനുയർന്നാലും
വല്യമ്മാമന്റെ ചോരക്കടക്കൺ-
തല്ലിൽത്തലാതലം പൂകുന്നു.

കട്ടിയിരട്ടത്താഴിട്ടത്രേ
പൂട്ടീ നിലവറയമ്മാമൻ.
അതിനുള്ളിൽശ്ശേവധിയെമ്പാടും
ഒരു കോൽത്താഴിലുറങ്ങുന്നു.
കടപയാദിക്രമമക്ഷരപ്പൂട്ടുമു-
ണ്ടതിനു കാവൽച്ചുറയേകുന്നു.
അവയുടെ താക്കോൽക്കൂട്ടം കിലുങ്ങാതെ
തലയിണ സൂക്ഷിച്ചു പോരുന്നു.

നിത്യം കുളിച്ചൂത്തീറനുടുത്തുകൊ-
ണ്ടെത്തും കിഴക്കേ ഗ്ഗോപുരത്തിൽ,
കതിരവൻ മാതിരി. അപ്പൊഴേ ശ്രീലക-
ക്കതകുകൾ താനേ തുറന്നീടും.
കിഴിയും മഞ്ഞപ്പൂന്തുകിൽ വാരി-
ദ്ധ്യുതിയിൽച്ചുറ്റി,യെണീറ്റെത്തും.

തന്നുടെ ഭക്തൻ തൻ വരവുത്സവ-
മെന്നും നന്ദകിശോരന്നും.
തൻ തൂനെറ്റിയിലമ്മാമൻ തുടു-
ചന്ദനപ്പൊട്ടൊന്നണിഞ്ഞീടും.
ഏഴു പ്രദക്ഷിണം വെച്ചിട്ടു മച്ചിൽ വ-
ന്നേഴുരു നാമം ജപിച്ചീടും
കുടിനീരിറക്കും മുമ്പേ തന്നുടെ
ദിനസരി തെറ്റാറില്ലല്ലോ.

തുല്യം ചാർത്താനുള്ള പൊൻമോതിരം
തൻവിരലിന്മേൽത്തിളങ്ങുമ്പോൾ

നാട്ടിൽപ്രഭുക്കൾ, വണിക്കുകൾ, വന്ദികൾ,
നോട്ടപ്പുള്ളികൾ എല്ലാരും
തൻമുഖമോർത്തുണർന്നേൽക്കേണം,
തന്നടി തൊട്ടു വണങ്ങേണം.
തന്നുടെ തൂവൽത്തൂമകൾ മാത്രം
തമ്മിലന്യോന്യം പറയേണം.
കാലേ കൊലപ്പണം വാങ്ങിയരുംകൊല
പോലും നടത്തും കശ്മലരും
എന്നും വന്നു വണങ്ങേണം, അതി-
ന്നിന്നെറ്റിക്കുറി പോരെങ്കിൽ
ചാരണരൂഴിയിൽ പാഴ്നിഴൽ വീഴ്ത്താ-
താരെയും കോടി പുതപ്പിക്കും.

ഞാറ്റുവേലക്കൂറ,റിഞ്ഞുവേണം നിലം
പൂട്ടി നിരത്താൻ, വിതയ്ക്കാനും.
പത്തു വിത്തും മുളച്ചാലും പതിരേ
വട്ടി നിറവതെന്നായാലോ?
ഉഴുതുമറിച്ചു നിരത്തും മുമ്പേ
പിടിതാൾ പെറുക്കാൻ മുതിർന്നാലോ?
വിണ്ടലം വാൽക്കണ്ണെഴുതാൻ കണ്ണാടി
കൊണ്ടാൽ തുളുമ്പും കൃഷിക്കാരൻ.
കാറ്റിൻ കരുത്തും ദിശയും നോക്കാതെ
തൂറ്റീലൊരുമുറമമ്മാമൻ!

ഭരണം പിടിയിലൊതുങ്ങണമായതി-
ന്നുടവാൾ കടഞ്ഞും മെഴുക്കിട്ടും
കനിവൊടു നോക്കുംനേരത്തും മിഴി-
പ്പിറകിലുറയിൽക്കരുതേണം.
മേലാടമേൽപ്പനീർപ്പൂവല്ലീ
നാടുവാഴിക്കു മനഃസാക്ഷി!
നിത്യമുപദേശിവൃന്ദമുണ്ടാകണം
ചുറ്റും ഹിതാഹിതമോരുന്നോർ.
ആരുമേകാന്തത്തിലോതുന്നതിന്നൊരു
കാതേ സദാപി കൊടുക്കാവൂ.
ഭരണചക്രം തന്റെ നാക്കിന്റെ തുമ്പിലേ
തിരിവതെന്നേവനും തോന്നേണം.

എങ്കിലും തുല്യം ചാർത്തുന്നതിൽ,ത്തന-
തിംഗിതമൊന്നേ നോക്കാവൂ.
നമ്പരുതാരെയു,മെങ്കിലുമാർക്കും
തൻ പുരാനെന്നേ തോന്നേണം.
നാലു കാശുണ്ടാക്കി വെക്കണമാവുന്ന-
കാലത്തതെമ്മേട്ടിലായാലും.
അയലത്തെക്കല്ലറപ്പൂട്ടു തുറക്കുന്ന-
തിരുചെവിയറിയാതാകേണം.
പണമുള്ള പട്ടി വാലാട്ടുന്ന താളത്തി-
ലുലകു വാ പൊത്തിത്തലയാട്ടും!
കക്കാൻ പഠിക്കേണ്ടെന്നാലും
നിൽക്കാൻ പഠിക്കണമെന്നാളും.
ചെഞ്ചോര കൈയിൽപ്പുരളുമ്പോൾ
ചെങ്കോലമർത്തിപ്പിടിച്ചോളൂ.
ഉടയോരെയാകിലുപ്പിത്തിരി ചേർക്കണം
ഉടവാളിനത്താഴം മുട്ടുമ്പോൾ.

കുതിരയെ, ത്തേരിനെ, യാനയെ, ക്കാലാളെ
കരുതലോടേ കളം മാറ്റേണം.
ഒടുവിലെക്കള്ളിയിൽക്കാലാളു മന്ത്രിയായ്
ഇരുതലവാളു ചുഴറ്റേണം.
അടിയറവോതുന്ന മാറ്റലർച്ചോരയിൽ
കുരുതിക്കല്ലു കഴുകിക്കാം.
അറിവുകേടോതാം അധർമ്മമെ; ന്നെല്ലില്ല
ചെറുനാക്കിനാർക്കുമെന്നോർക്കേണം.
വലിയവനിന്നെന്തു ചെയ്താലും
അതു നീതി നാളെ ഈ നാടാകെ.
ഉള്ളിൽച്ചെങ്കോലു കാണവേ, നേടുവാ-
നുള്ള ത്രന്തങ്ങളും കാണേണം.
കൊടുമുടി കേറാൻ തുടങ്ങുമ്പോൾ
അടിമുടി കാണും കൊടുങ്കാടും.
ഉള്ളിൽച്ചതിക്കുഴി തൂർന്ന വഴിയൂ-
ടല്ലാതില്ല കയറ്റങ്ങൾ.
ലക്ഷ്യം പിഴയ്ക്കാതിരിക്കാനേതൊരു
ലക്ഷ്യ*വും ശീലിച്ചിരിക്കേണം.

---

* ലക്ഷ്യം - വഞ്ചന

ഭരണതന്ത്രത്തിൻ ഹരിശ്രീയോരോന്നും
അരിമയോടോതിത്തന്നല്ലോ.
തന്നുടെ കാലം കഴിയുമ്പോൾ
പിന്മുറവാഴ്ച്ചയ്ക്കധികാരി
ഞാനാണെന്നതു വല്യമ്മാമൻ
മാനത്തു കണ്ടിട്ടുണ്ടാവാം.
തീട്ടൂരങ്ങളിൽ മോതിരത്തുല്യം
ചാർത്തും വിരുതും പഠിപ്പിച്ചു.

നിത്യവുമക്ഷരലക്ഷമുരുവിട്ട
തൊക്കെയുമുൾക്കണ്ണിലായപ്പോൾ
കളരി തൊഴുതിറങ്ങുന്ന ചേകോനുള്ളി-
ലുണരും ജിഗീഷയറിഞ്ഞൂ ഞാൻ.
ഇങ്ങോട്ടടിവെച്ചടുക്കുന്നതിൻമു-
മ്പങ്ങോട്ടുകേറിയടിക്കേണം.

ഒന്നാംപൂഴിക്കടകനിളവെഴാ-
തമ്മാമന്റെ നേർക്കായാലോ?
ഇല്ല സങ്കോചം... എന്നെണ്ണുമ്പോൾ
ഉള്ളിൽനിന്നാരോ കലമ്പുന്നു:
ചെയ്യാനോർത്തതു ചെയ്യണം. എന്നാൽ
ചെയ്യരുതൊന്നും തിടുക്കത്തിൽ.

ചാരക്കണ്ണുകളുണ്ടമ്മാമനു
ചാരത്തനിമേഷമെപ്പോഴും.
ഒടുവിൽത്തൻ തല താങ്ങാനിവൻ എ-
ന്നനപത്യമോതീട്ടുണ്ടാവും.
കൂരമ്പടവാ വാത്സല്യത്തിനു
നേരേയെടുക്കുവതന്യായം.

അപ്പൊഴേക്കുള്ളിൽച്ചിലമ്പുകിലുക്കി
പുത്തൻനീതിവിളയാട്ടം.
കോഴ, കൊലച്ചതി, കൂടകം മാന്യത,
വാഴുന്നവൻ കളി നേടേണം.
ഒന്നാംപാഠത്തിലമ്മാമൻ തന്നെയാ-
ണെന്നെപ്പഠിപ്പിച്ചതിപ്പാഠം.

എങ്കിലും ഏതിലുമില്ലേ നമ്മളിൽ
ചെന്തീക്കനലൊന്നുൾത്താരിൽ?
മേലുടുപ്പിന്മേൽപ്പനീർപ്പൂ...! ആയതു
നാളെ വെളുപ്പിനു നിർമ്മാല്യം!

വാഗ്വാദമിമ്മട്ടുള്ളിൽ നടക്കെ
കേൾക്കായ് പുറത്തെന്തൊരാരവാരം?
ആറനുജന്മാരുണ്ടമ്മാമനു
തീരാച്ചീരാപ്പായെന്നും.
ആറും തമ്മിൽക്കടിപിടിയാണേ
നേരിൽത്തങ്ങളിൽക്കാണുമ്പോൾ.
നേരും നെറിയും കെട്ടവൻ, തെല്ലും
കൂറുമില്ലാത്തവനെന്നത്രേ
ആറിനുമുള്ളിരിപ്പെന്നെപ്പറ്റിയെ-
ന്നോരാതില്ലൊരു കൽത്തൂണും.
ആരാൽക്കത്തിപ്പടർന്നലറുന്നൂ
പാരാവാരം പുറത്തപ്പോൾ.
കുഞ്ഞമ്മാമന്മാരാറുമിണങ്ങീ-
ട്ടെങ്ങനെയിപ്പണി പറ്റിച്ചു?

ഏതിലും മീതെയാണാരുയിരെന്നു, തൻ
മോതിരമൂരിക്കൊടുത്തുപോൽ
വല്യമ്മാമ,നനുജന്മാരൊന്നിച്ചു
കൊല്ലാക്കൊലയ്ക്കു മുതിർന്നപ്പോൾ.
കിട്ടിയതൊക്കെപ്പെറുക്കിക്കെട്ടിയെ-
ടുത്തു പുറത്തേക്കിറങ്ങീ പോൽ
കൂരിരുളിൻനിഴൽപറ്റിപ്പടിവാതിൽ-
ക്കാരിരുമ്പൊന്നു കിറുങ്ങാതെ.
നേരിയൊരൊച്ചയമർത്തീട്ടെന്നുടെ
പേരു വിളിച്ചു വിലാപിക്കെ,
കുഞ്ഞമ്മാമനുടവാളിളക്കി-
ച്ചെന്നലറിപ്പെയ്തുറഞ്ഞൂപോൽ,
ആന, കുതിര, കാലാളും ശിങ്കിടി
പാടിപ്പറയറഞ്ഞെത്തീപോൽ.

ആരുഭരിക്കുമ്പോഴും ജയജയ
പാടും നാവുള്ള നാടാകെ!
നാടിൻ വിവേകവും കാലത്തിൻ താളത്തിൽ
ചോടുകൾ വെച്ചു നടക്കുന്നു!

വല്യമ്മാമൻ വാഴ്ച്ചയൊഴിഞ്ഞാലും
ഇന്നിയും നാട്ടിൽ പൊറുക്കേണം.
കുഞ്ഞമ്മാമന്മാരാറും കൺകളി-
ലെണ്ണയൊഴിച്ചു നിരീക്ഷിക്കും.
ചാരക്കൺകളുമെന്നെപ്പൊതിഞ്ഞുനി-
ന്നോരോചലനവും സൂക്ഷിക്കും.
അണലിക്കുഞ്ഞു കടിച്ചാലും വിഷ-
മൊരുകാലത്തുമിറങ്ങില്ല.
വല്യമ്മാമനരുമഞാ,നേതൊരു
പൊല്ലാപ്പിന്നും മതിയെന്നും
നന്നായറിയാമാറിനുമെന്നുടെ
കുന്നായ്മകൂടതയൊക്കേയും.
ഇന്നലെയോളമൊളിഞ്ഞും തെളിഞ്ഞും
കന്നത്തങ്ങളേ ചെയ്തൂ ഞാൻ.

എല്ലാറ്റിന്നും രക്ഷകനായെൻ
വല്യമ്മാമനിരിക്കുമ്പോൾ
എന്തിനു കാണിക്കൈവിറ, നേരിൻ-
നെഞ്ചിൽക്കഠാരിയിറക്കാനും.
എന്നിച്ഛയ്ക്കു വഴങ്ങാത്തോർ പുല-
രുന്ന വെളിച്ചം കണ്ടീല.
പുരികം ചുളിച്ചെന്നെ നോക്കിയോർ പിന്നീ-
ടിമയൊന്നു ചിമ്മി മിഴിച്ചീല.
കൊടുമകളേതിനുമുണ്ടാം മോതിര-
വിരലിൻ തൊടുകുറിയന്നാലും
ഏറെയും നേരിട്ടറിവോർ ഊഹിച്ചും
നേരറിയുന്നോരാറാളും.

കുഞ്ഞമ്മാമന്മാരിലൊരാളെ
കൈയിലെടുത്തേ മതിയാവൂ.

ഈഷൽ പെരുക്കണമുള്ളിൽ, പരസ്പര-
ദ്വേഷം വളരണം, അന്നേരം
ആറിലൊരാളേപോരും കാലുകൾ
മാറിയടിയറവോതാനും
മുന്നിൽക്കളം മായ്ച്ചെണ്ണീക്കാനും
തമ്മിലടിച്ചു മുടിക്കാനും.

വല്യമ്മാമൻ കാശിയിലെത്തി
വല്ലച്ചാതി പൊറുത്താലും
കല്ലറവാതിൽ തുറക്കാതെ,
കൈയാമങ്ങളിൽ വിങ്ങാതെ
മാന്യത തോളിൽ മടക്കിയണിഞ്ഞീ
മണ്ണിലെനിക്കു നടക്കേണം.
കക്കാൻ പഠിക്കേ,ണ്ടെന്നാലും
നിൽക്കാൻ പഠിക്കണമെന്നാളും.

ആറിനുമോരോ പെണ്മകൾ, എല്ലാ-
മാറും തികഞ്ഞ* സുഗന്ധങ്ങൾ.
ഒന്നിനെ വേൾക്കണ,മാമുദ്രമോതിര-
മങ്ങനെ കൈവശമാക്കേണം.
വെട്ടിനിരത്തിയിട്ടിന്നോളം നേടിയ-
തൊക്കെക്കളത്തിലിറക്കും ഞാൻ.
കാലുകൾ മാറി,യടിയറവോതാതെ
കേറും, മന്ത്രിയായ് ആർക്കും ഞാൻ.

അമ്മാമൻ വാഴ്ച്ചയൊഴിഞ്ഞാലും
നമ്മൾക്കീ മണ്ണിൽപ്പൊറുക്കേണം.

(2016)

---

* ആറും തികഞ്ഞവർ - ഷഡ്ഗുണങ്ങളും ഒത്തിണങ്ങിയവർ

# ഇടശ്ശേരിമാവ്

(പൊന്നാനി എ വി ഹൈസ്കൂളിന്റെ മുറ്റത്ത് പടർന്നുപന്തലിച്ച ഒരു കൂറ്റൻ മാവ്. അതിന്റെ ചുവട്ടിൽ, മിക്കവാറും എന്നും, ഇട ശ്ശേരിയും കൂട്ടുകാരും ശിഷ്യരും കവിതയും ഒത്തുകൂടും. കാലം ചെന്നാറെ, അത് 'ഇടശ്ശേരിമാവ്' ആയി. ഇടശ്ശേരി അന്തരിച്ചിട്ട് നാല്പത്തഞ്ചിൽപ്പരം വർഷങ്ങളായി. ഇക്കാലമത്രയും ഞങ്ങൾ, 'ഇടശ്ശേരിമാവി'ൻതണലിൽ, 'ഇടശ്ശേരി അനുസ്മരണ സമ്മേള നങ്ങൾ' നടത്തി, കഴിഞ്ഞ വർഷം കൂടി. ഇത്തവണ അതു നട ക്കില്ല. അപകടരമാംവിധം കേടുപാടുകൾ വന്നതിനാൽ, ഏറെ ക്കാലം തണൽ നൽകിയതായിരുന്നിട്ടും നിർത്തുന്നത് ആപത്തി നിടയാക്കും എന്ന സാഹചര്യത്തിൽ, വിശേഷിച്ചും ആയിരത്തില ധികം കുട്ടികൾ പഠിക്കുന്ന സ്കൂളിന്റെ മുറ്റത്ത്, അത് നിർത്തി ക്കൂടാ വെട്ടിക്കോളൂ എന്നേ മഹാകവിയും പറയുമായിരുന്നുള്ളൂ എന്ന വിശ്വാസത്തിൽ, ഈയിടെ മാവ് മുറിച്ചു.)

**പ**കൽ ചായുന്നതിൻമുമ്പാ,-
ണൊരിക്കൽ,ത്തെല്ലിരിക്കുവാൻ
തളർന്ന ചിറകിന്നറ്റ-
മൊതുക്കാനായണഞ്ഞു ഞാൻ.

പടർന്നു പന്തലിച്ചോരീ
മാവിൻ ചില്ലയിൽ, എന്തിനോ
പിടഞ്ഞീലല്ലിയെന്നുള്ളിൽ
പേരില്ലാത്തൊരു നൊമ്പരം.

കൂടുണ്ടാക്കും മുളയ്ക്കുന്ന
ചിറകിന്നു ബലം വരും-
വരെക്കൊക്കിൽക്കൊടുക്കും; അ-
തമ്മയ്ക്കു ചരിതാർത്ഥത!

അപ്പൊഴാണൊരു കൊമ്പിന്റെ
കടയ്ക്കലൊരു പോ,ടെനി-

യ്ക്കൊരുക്കിവെച്ചിരിക്കുന്നൂ;
മകൾക്കച്ഛൻകണക്കിനെ!

അശണ്ടകളടിച്ചൊന്നു
വാരാമെന്നോർക്കെ,യുള്ളിലൂ-
ടൊരു വിങ്ങൽ... കിഴക്കിന്റെ
തുടുവാതിൽ തുറക്കയോ?

ഉദയക്കതിർപോൽക്കണ്ണി-
ലൊരു മുട്ട! അതിന്നക-
ത്തരുചഞ്ചുപുടം തോടി-
ലുരുമ്മും കുസൃതിപ്രിയൻ!

**രണ്ട്**

അതുംനോക്കിയിരിക്കുമ്പോൾ
കേൾക്കായ് മാവിൻ ചുവട്ടിൽനി-
ന്നൊരു താരസ്വരം. മെല്ലെ,-
പ്പൊത്തിൽനിന്നെത്തിനോക്കിനേൻ.

വെയിൽ കത്തും മണ്ണിൽ, മാവു
തണൽപ്പായ വിരിച്ചതിൽ
അഞ്ചാറുപേർ തമ്മിൽ നോക്കി,
കാതു കൂർപ്പിച്ചിരിക്കയാം.

ഒരാൾ കവിത ചൊല്ലുന്നൂ,
ഖദർജ്ജുബ്ബയണിഞ്ഞൊരാൾ;
കുറ്റിത്തലയിൽ മുല്ലപ്പൂ-
വാകെ വാരിയണിഞ്ഞൊരാൾ.

"ദൈവത്തെക്കൊണ്ടു പാവിട്ടും
മർത്ത്യനൂടായുമങ്ങനെ"[1]
അതു കേൾക്കെ, "ബ്ബലേ!" യെന്നു
തലയാട്ടുന്നു മറ്റൊരാൾ.

---

1. ഇടശ്ശേരിയുടെ 'വരദാനം' എന്ന കവിത. കവിയുടെ കൈപ്പടയിൽ വായിച്ച് ഈ വരികളിലെത്തിയപ്പോൾ, കുട്ടിക്കൃഷ്ണമാരാർ, മാർജിനിൽ എഴുതി: 'ബലേ' എന്ന്. നോട്ടുപുസ്തകത്തിന്റെ ഈ പേജ് സമ്പൂർണ്ണകൃതികളുടെ സമാഹാരത്തിൽ ('ഇടശ്ശേരിയുടെ കൃതികൾ'-ഒന്നാം പതിപ്പ്. സമ്പാദനം: പ്രൊഫ. കെ ഗോപാലകൃഷ്ണൻ. വള്ളത്തോൾ വിദ്യാപീഠം, എടപ്പാൾ. -1988. പേജ്: 869) വായിക്കാം.

അതിന്റെ പൊരുളീമാവി-
ന്നുള്ളും വേദിച്ചിരിക്കണം;
ഞൊടിയിൽത്തളിരിട്ടല്ലോ
മുടിതൊട്ടടിയോളവും.

ഇളംകാറ്റിൻ മർമ്മരവും
'ബലേ' യെന്നു തുളുമ്പവേ,
'ബലേ' 'ബലേ' യെന്നുതുള്ളി-
യുള്ളും ചിറകടിക്കയായ്!

അയലത്തെക്കണിക്കൊന്ന
പോക്കുവെയ്‌ലേറ്റു പൊന്നണി,-
ഞ്ഞിതയ്ക്കൽ വന്നു കാതോർത്തു
നിൽപ്പൂ; കവിത കേൾക്കയാം.

### മൂന്ന്

ഇതൊന്നുമറിയുന്നീലാ
മാവിൻ ചോട്ടിലെ സൗഹൃദം
കവിതാലഹരിക്കുത്തിൽ
കണ്ണും കാതും മറന്നവർ.

ഇവർക്കറിയുകില്ലല്ലോ
മാമരത്തിന്റെ വൈഖരി,
കിളിതൻ ഭാഷ, കാറ്റിന്റെ
ഗദ്ഗദം, മഴതൻ മൊഴി.

എഴുത്തിന്നച്ഛനും[2] ഭൂമി-
കന്യാകദനദാരുണി
ചൊല്ലിക്കൊടുത്തൂ പണ്ടെന്റെ
മുതുമുത്തശ്ശി,യില്ലയോ?

നിങ്ങൾക്കു മർത്ത്യരേ! പിന്നീ-
ടെമ്മട്ടെൻഭാഷയന്യമായ്?

---

2. തുഞ്ചത്തെഴുത്തച്ഛൻ.

മരിച്ചാൽപ്പുലയുള്ളോർ നാ-
മെന്നെങ്ങനെ മറന്നുപോയ്?

മർത്ത്യന്റെ ഭാഷ പുല്ലിന്നും
മരത്തിന്നും സരിത്തിനും
കാറ്റിനും തീയിനുംകൂടി-
യറിയാമെന്ന വാസ്തവം,

തിരിച്ചോരുന്നതില്ലല്ലോ
പോഴർ മർത്ത്യരൊരിക്കലും;
അതിനാൽ തന്റെ ശബ്ദത്താൽ
നിറയ്ക്കുന്നൂ ജഗത്തിനെ.

കൂരിരുട്ടുകണക്കാകെ
മൂടും ദുർമ്മദം; എങ്കിലും,
ഒരു നെയ്ത്തിരിനാളംപോൽ
കവി വെട്ടം പരത്തിടും.

ഈ മാവിൻ ചോട്ടിലെക്കാവ്യ-
മനുത്തമ,മനുത്തമം.
അതിൻ താളം ചിലമ്പിട്ടാൽ
മന്നാകെയൊരു വേദിക!

ചോടു തെറ്റാതെ മുന്നോട്ടു
കാലം കാലടി വെപ്പതും
കനത്ത തോളിൽക്കൈവെയ്ക്കാൻ
കവിയൊന്നു കുനിഞ്ഞുപോൽ!

തണൽപ്പായിലിരുത്തുന്നൂ,
കേൾക്കും കവിതയൊക്കെയും
തൂമഞ്ജരികളായ്ച്ചില്ല-
തോറും തൂക്കുന്നു വത്സലൻ!

കവിതാശ്രവണം മാത്ര-
മാവണം കാരണം, തളിർ-

ച്ചാർത്തും തൊത്തും ചില്ലതോറും
കലർന്നു കതിർ തൂകുവാൻ.

അഭയം നൽകിയെൻ കൊക്കിൽ
കാവ്യകൗതുകവേദനം
തേനും വയമ്പും ചേർത്തേകീ
തോടിൽത്തുള്ളും കുരുന്നിനും.

തോടു പൊട്ടിപ്പുറത്തെത്തും
തുടുകൊക്കിൽത്തുളിക്കണം
കവിമുത്തച്ഛനീമാവെ-
ന്നുള്ള വാത്സല്യമാധുരി!

എത്രയ്ക്കെത്രയ്ക്കു ഞെട്ടിക്കു
പൊള്ളലേൽപ്പിച്ചിടും ചുന,
അത്രയ്ക്കത്രയ്ക്കിനിപ്പേറും
കുളുർപ്പിക്കുന്ന തേൻകനി!

വെയിൽ പെയ്യുമ്പൊഴും വട്ടു-
കളിക്കും ചില കുട്ടികൾ;
ഇമ്മാവിൻ തണലത്താട്ട-
ക്കളവും ചില കുട്ടികൾ.

അതുംനോക്കിയിരിക്കുമ്പോൾ
തോന്നാറുണ്ടുള്ളിലെപ്പൊഴും
പൊരിവെയ്‌ലും പൂനിലാവായ്
വാരിയുണ്ണുന്നു കുട്ടികൾ!

വേനലും മഴയും മാറി-
മാറിയാടിത്തിമർക്കിലും
പൊന്നാനിക്കളരിക്കില്ലൊ-
രനദ്ധ്യായമൊരിക്കലും.

എല്ലാകാലത്തുമതിനാ-
ലൊരുകൊമ്പത്തു തേൻകനി,
അതോടൊപ്പം മണംചിന്നി
മറുകൊമ്പത്തു മഞ്ജരി!

## നാല്

ഒരുനാൾ പതിവില്ലാതെ
മടിച്ചും വൈകിയും മുഖം
കലങ്ങി വീർത്തുമാണെത്തീ
വെള്ളകീറിദ്ദിവാകരൻ.

പുറത്തുനോക്കവേ, ചില്ല-
തോറും ഒച്ചയനക്കമ-
റ്റിരിക്കുന്നൂ വിദൂരാൽ വ-
ന്നെത്തി, നാനാകിളിവ്രജം.

തുടുത്ത തളിരിൻതുമ്പു-
തോറും തെന്നുന്നു നൂറുനൂ-
റെരിയും ഗദ്ഗദങ്ങൾ; നൂ-
റരുണാശ്രുചലൽക്കണം.

ഇളവെയ്‌ലൊന്നു നൂണെത്തി-
ക്കെന്തുന്നൂ,[3] പൂഴിമണ്ണിൽ വീ-
ണൊരു കാൽപ്പാടു തേടുന്നൂ
തലയിൽത്തൊട്ടുവെയ്ക്കുവാൻ.

ഇടയ്ക്കിടയ്ക്കു തേങ്ങുന്നൂ
മഹാകവി... മഹാകവി...
പഴുത്ത മാവിലകളും
മഹാകവി... മഹാകവി...

കെട്ടൂ വിളക്ക്... മുറ്റത്ത്
വീണുരുണ്ടു സദാഗതി
വിതുമ്പുന്നൂ; കെട്ടുവെന്നേ
തിറമ്പീ[4] യന്ധകാരവും.

കെട്ടൂ ... കെട്ടൂ വിളക്കെന്നു
പേരാറിൻ നേർത്ത നീരല;

3. കെന്തുക = തേങ്ങിക്കരയുക

4. തിറമ്പുക = ഇടറുക

കെട്ടൂ വിളക്കെന്നുതന്നെ
വാടുന്നൂ[5] വിങ്ങുമംബരം.

കേൾക്കായപ്പോളപ്പുറത്തു
പാരാവാരഹ്രദാന്തര-
ങ്ങളിൽ പ്രതിധ്വനിച്ചെത്തു-
മൊരു ശംഖമഹാധ്വനി!

കുതിച്ചെത്തുന്ന കല്ലോല-
മാലതൻ വളർനാക്കിൽനി-
ന്നതു ചിന്നിപ്പരക്കുന്നൂ
ചക്രവാളാന്തരങ്ങളിൽ.

'ദൈവത്തെക്കൊണ്ടു പാവിട്ടും
മർത്ത്യനൂടായുമങ്ങനെ
നെയ്തുവെച്ചൊരു സാമൂഹ്യ-
ജീവിതം' കെട്ടുപോകയോ?

വെളിച്ചം കെട്ടുപോകുന്നി-
ല്ലൊരിക്കലുമൊരിക്കലും.
ചരാചരസ്നേഹധാര
അനാദിനിധനം പരം!

## അഞ്ച്

പിന്നെത്തണൽപ്പായ നീർത്തി-
വിരിച്ചിട്ടില്ലൊരിക്കലും.
കാതുകൂർപ്പിച്ചിരുന്നീലാ
കാവ്യാസ്വാദനകൗതുകം.

## ആറ്

അളക്കാമിനിയാകാശ-
മെന്നൂറ്റം ചിറകിൻകട-
യ്ക്കാർന്നവാ,റിരതേടാനായ്
കൊത്തിയാട്ടീ കിടാങ്ങളെ.

5. വാടുക = ദുഃഖിക്കുക

ഒടുവിൽത്തോടുപൊട്ടിച്ചെൻ
നേരേനോക്കിച്ചിരിച്ചവൻ,
തുടുകൊക്കുംതുറന്നെന്റെ
വരവും കാത്തിരുന്നവൻ.

ചിറകന്നു കുരുത്തിട്ടി-
ല്ലതിൻ മുമ്പാണ്. ഞാൻ വിര,-
ഞ്ഞൊരു ഞാഞ്ഞൂലിനെക്കൊക്കി-
ലാക്കിത്തിരികെയെത്തവേ,

പതിവിൻപടി കേൾക്കുന്നീ-
ലുള്ളിൽക്കോലാഹലം... പുറ-
ത്തെത്തുംപടി പിളർക്കൊക്കും
കാണുന്നി,ല്ലെന്തു പറ്റിയോ...?

നെഞ്ചത്തെരിഞ്ഞാളിടുന്ന
കനൽപ്പേടിയുമായി ഞാൻ
പൊത്തിന്നടുത്തണഞ്ഞൊന്നു
നോക്കീ... ഞെട്ടിത്തെറിച്ചുപോയ്...

അകത്തതാ... വിശപ്പാറ്റി-
ച്ചുരുണ്ടാലസ്യമാർന്നുറ-
ങ്ങുന്നൂ മൂർഖൻ...! കൊക്കിൽനിന്നു
കൊഴിഞ്ഞൂ... കണ്ണിരുട്ടിലായ്...

അവനെക്കൊല്ലണം... നല്ല
തക്കമിപ്പോൾ... ഉറക്കമാ-
ണല്ലോ... തിന്ന മയക്കത്തി-
ലാവാം... കൊല്ലണമിപ്പൊഴേ.

ഒരു കമ്പും കൊക്കിലാക്കി-
ത്തിരിച്ചെത്തുന്നവാറ,ക-
ത്തൊരു നീറ്റം... ഉറങ്ങുന്ന
ജീവിയോടോ പരാക്രമം?

ഉണർന്നാലും മൂക്കുമുട്ടെ-
ത്തിന്നതിന്റെ തളർച്ചയിൽ

തല്ലിക്കൊല്ലാൻ തുനിഞ്ഞീടു-
ന്നതു ഭീരുതയല്ലയോ?

പൊരിയുന്ന വിശപ്പാറ്റാ-
നിരതേടിയതിൽക്കവി-
ഞ്ഞെന്തു തെറ്റാണി,തിലെനി-
യ്ക്കെന്തു ശിക്ഷാധികാരിത?

അവനെൻ കുഞ്ഞിനെത്തിന്ന
മാപ്പർഹിക്കാത്ത കശ്മലൻ.
അമ്മയുണ്ടവനും പക്ഷേ,
കുഞ്ഞിൻ പശിയിൽ വെന്തവൾ...

ഒരു ജീവനെയെൻ കൊക്കിൽ-
ക്കുരുക്കിക്കൊണ്ടണഞ്ഞു ഞാൻ
എന്റെ കുഞ്ഞിൻ പശിക്കാ,രെൻ-
മഹാപാപമളന്നിടും?

ഞാഞ്ഞൂലിനും കാണുമമ്മ;
അവളെൻമുന്നിലെത്തിയാൽ
ഉത്തരം പറയാനേതു
ധർമ്മശാസ്ത്രം തരും തുണ?

കൊടുംക്രൂരതതൻചോര-
ക്കറയുണ്ടിതിൽ... എങ്കിലും,
കാരുണ്യവും ക്രൂരതയും
ഇണജന്മങ്ങളല്ലയോ?

ഞാഞ്ഞൂലുപോൽക്കമ്പുമെന്റെ
കൊക്കിൽനിന്നൂർന്നുവീഴവേ,
ഇതൊന്നുമറിയാതല്ലീ
മൂർഖൻ സുഖസുഷുപ്തിയിൽ?

ചുരുണ്ടുറങ്ങുമവനെ-
ത്തന്നെ നോക്കിയിരിക്കവേ

പൊങ്ങിക്കാണുംവയറ്റത്തു
കൊക്കുരുമ്മാൻ കൊതിച്ചുപോയ്...

ഉണർന്നവൻ പടം പൊക്കും
പ്രാതലാക്കീടുമെന്നെയും.
അനങ്ങാതൊച്ചവെയ്ക്കാതെ-
യിറങ്ങിപ്പോവതേ വരം.

### ഏഴ്

അപ്പോൾ,ത്താഴെത്തണൽപ്പായിൽ
ആരൊക്കേയോ മുഖാമുഖം
ഇരിപ്പൂ കാര്യമായെന്തോ
വിചാരിക്കുക[6]യാവണം.

ഒച്ചവെയ്ക്കാതെ താഴത്തെ-
ക്കൊമ്പിൽച്ചിറകൊതുക്കവേ
'ഇതിങ്ങനെ നിറുത്തുമ്പോൾ
എന്താപത്തും ഭവിച്ചിടാം.'

'തടിയാകെപ്പൂതലിച്ചൂ,
പോടുവന്നുനിറഞ്ഞുപോയ്.'
'താഴെക്കുട്ടികളുള്ളപ്പോൾ
വീണാലാരോതുമുത്തരം?'

'വെട്ടുംമുമ്പേ,യിതിൻചോട്ടി-
ലിത്രകാലം മഹാകവി-
യ്ക്കൊപ്പം കാവ്യസദസ്സിൽപ്പ-
ങ്കെടുത്തോരറിയേണ്ടയോ?'

വിവാദമുയരാം. 'വെട്ടാം',
'വെട്ടാം', 'വെട്ടരുതെ' ന്നുമാം.
'മറിഞ്ഞു വീണു കുഞ്ഞുങ്ങൾ
മരിക്കാനിടവെയ്ക്കയോ?'

6. വിചാരിക്കുക = കൂടിയാലോചിക്കുക

ഉറങ്ങുന്നുണ്ടെന്റെ കൂട്ടിൽ...
അവനും കാണുമിംഗിതം.
തീരുമാനമെടുക്കുംമു-
മ്പതും കേൾക്കുന്നതേ ചിതം.

മൂർഖന്റെ വയറെൻ കൊക്കിൻ-
തുമ്പിൽത്തരിതരിക്കവേ,
'വെട്ടാം, വെട്ടാം' ചിറകടി-
ച്ചാർത്തുറക്കെപ്പറഞ്ഞുഞാൻ.

'വെട്ടാം, വെട്ടാം. കിളിശ്ശല്യം-
കൂടിത്തീരുമതോടെ',യാ-
രറിവൂ ചിറകിൻ ഭാഷ?
നെഞ്ചെരിക്കുന്ന തീക്കനൽ?

## എട്ട്

പാറിച്ചെന്നാക്കൊമ്പിനറ്റ-
ത്തിനി വയ്യെന്നു വീഴവേ,
തളിരാൽത്തഴുകീ കൊന്ന,
അമ്മ മക്കളെയെന്നപോൽ!

അറിയാതെയുറങ്ങിപ്പോയ്-
അറിഞ്ഞീലെത്രനേരമോ.
ആകാശമിടിയുംമട്ടൊ-
രൊച്ച! ഞെട്ടിയുണർന്നു ഞാൻ.

മുറ്റത്തതാ വെട്ടി വീണൂ...
കിടന്നു പിടയുന്നുവോ...?
മാറൊന്നുയർന്നുതാഴുന്നോ...?
കൊമ്പാകെ വിറകൊൾകയോ...?

വെട്ടിയേടത്തൊലിക്കുന്നു,-
ണ്ടുരുകും ചുടുചോരയോ?
മരിച്ചാലും മരിക്കാതെ-
യെരിയും ജീവകന്ദമോ?

ചിറകല്പം താഴ്ത്തി,യൊന്നു-
നോക്കി,ത്തലകുനിച്ചു ഞാൻ.
പോകാം... പോകാം... താമസിച്ചാൽ
കരൾ പൊട്ടിപ്പിളർന്നിടും.

പൊറുക്കാതെ കഴുത്തൊന്നു
തിരിക്കെ,യിളകുന്നുവോ?
'വരൂ...' 'വരൂ...' വിളിക്കുന്നോ
ഞെട്ടിയറ്റൊരു പൂങ്കുല?

വെട്ടാം. പൊടിക്കും പിന്നേയും
തണൽപ്പായ വിരിച്ചിടും.
മുറിവായിൽത്തലോടിക്കൊ-
ണ്ടതാ നില്പ്പൂ മഹാകവി!

(2020)

## പെട്ടിമുടി - 2050

എനിക്കുണ്ടായിരുന്നൂപോൽ
മുതുമുത്തച്ഛനായൊരാൾ,
പണ്ടുപണ്ടാ,ണൊരു പഴ-
ങ്കഥയോർക്കുകയാണു ഞാൻ.

രണ്ടുകാലിൽ നടന്നെത്താൻ
കരുത്തുണ്ടെന്നിരിക്കിലും
കാൽകൾക്കൊപ്പം രണ്ടുകൈയും
മണ്ണിലൂന്നി നടന്നവൻ.

ഭൂമി, പെറ്റമ്മയാണെന്ന
നേരറിഞ്ഞു നമിച്ചവൻ,
അമ്മതൻ നെഞ്ചിലെച്ചൂടു-
തണിയാതുള്ളിലുള്ളവൻ.

### രണ്ട്

ഭൂമിയിൽക്കൈയുകുത്തുമ്പോൾ
അ,ന്നവന്നു മിടിച്ചുപോൽ
ഉള്ളിൽ, താളം പിഴയ്ക്കാതെ
അമ്മതൻ ഹൃത്തുടിപ്പുകൾ.

മണ്ണിന്നടിയിൽ വേരാഴ്ത്തി-
പ്പൊങ്ങിച്ചെന്നർക്കരശ്മിയിൽ
കരിംപച്ചക്കരെപുടം
നീർത്തിനിൽക്കുന്ന മാമരം.

വേർപ്പടർപ്പാൽപ്പറിപ്പിച്ചു
ഗംഗാധിക്കൃതി തീർക്കുവാൻ
ജടാജൂടം പോരുമെന്ന
പാഠം സംഹാരരുദ്രനെ!

അതിനാൽ പ്രളയപ്പെയ്ത്തിൽ
അവളിബ്ഭൂമിയെത്തകർ-
ത്തൊഴുക്കി,പ്പുക പൊങ്ങാത്ത
ചുടുകാടാക്കിയില്ലപോൽ.

### മൂന്ന്

ഭൂമി കൈവിട്ടു നീർന്നൂപോൽ
ഇരുകാലിലഹംകൃതി
കാൽക്കിഴിലൂഴി തൻ പാദ-
പീഠമെന്നൂറ്റമാർന്നുപോൽ.

അമ്മതൻ മടിയിൽക്കാൽവെ-
ച്ചിറങ്ങീപോൽ നിലത്തവൻ,
മണ്ണിൽത്തൊട്ടാൽ കൈ തിരുമ്മി-
ക്കഴുകാനും പഠിച്ചുപോൽ.

നട്ടെല്ലിലമ്മയെ മറ-
ന്നടിവെച്ചു നടക്കവേ,
ക്ഷിതിജം തൻ കിരീടത്തി-
ന്നരുകെന്നേ നിനച്ചുപോൽ.

ദീനസ്വരം വിളിച്ചുപോൽ
തടഞ്ഞവനെ നിർത്തുവാൻ
നദി; മാർഗ്ഗഭ്രമം ചൂണ്ടി-
ക്കാട്ടാനാരുണ്ടു വേറൊരാൾ?

സാനുകമ്പം വിളിച്ചുപോൽ
'പോകൊല്ലേ' യെന്നു പച്ചില,
തെറ്റുന്ന വഴി മറ്റാരു
ചൂണ്ടിക്കാട്ടിക്കൊടുക്കുവാൻ?

തുടുമുട്ട വിരിഞ്ഞെത്തും
ചഞ്ചു കൊഞ്ചി വിളിച്ചുപോൽ
'ചേട്ടാ പോകൊല്ലെ' യെ,ന്നാരു
കേൾക്കുന്നു വനരോദനം?

ചെറിയോൻ ചൊന്നതായാലും
ചെവിയോർക്കുന്നതേ ചിതം.
അഹമ്മതി തിളയ്ക്കുമ്പോൾ
ശിവം കേൾക്കില്ലൊരുത്തനും.

കേൾക്കിലും തേറുകില്ലെന്നായ്
മുത്തച്ഛന്, മരത്തിനും,
മഴയ്ക്കും, കാറ്റിനും, തീക്കു-
മാകാശത്തിന്നു, മണ്ണിനും

സൂര്യൻ, വയമ്പും തേനും ചേർ-
ത്തോരോ നാത്തുമ്പിലും കുറി-
ച്ചുള്ളൊരാദ്യാക്ഷരം പാടെ
കൈമോശം വന്ന കാരണം.

മറന്നുപോയി മുത്തച്ഛൻ
കരിംപച്ചിലതൻ മൊഴി,
മഴ, കാറ്റും, കിളിക്കുഞ്ഞും,
പൂമൊട്ടും കൊഞ്ചിടും മൊഴി.

കൊരുത്തെടുത്തൂ പുതുതായ്
തന്റേതാമൊരു വാമൊഴി,
തനിക്കും തൻ കിടാങ്ങൾക്കു-
മല്ലാതാർക്കും വരാമൊഴി.

കൂടപ്പിറകളായുള്ളിൽ
തലേന്നോളമറിഞ്ഞവർ,
ഭൂവിലെജ്ജീവജാലങ്ങൾ-
ക്കൊന്നിന്നുമറിയാമൊഴി.

ചൊല്ലാനോർക്കുമ്പൊഴേതന്നെ
എല്ലാം തന്നുള്ളിൽ വിങ്ങിടു-

ന്നെന്നേ തിറമ്പീ പുൽത്തുമ്പിൽ
മണ്ണിന്റെ മിഴിനീർക്കണം.

തനിക്കനുഭവിക്കാനാ-
ണൂഴമിട്ടൂഴി കൺകളിൽ
മയ്യിട്ടു മുടി പിന്നുന്നൂ
ഋതുകന്യാസുമങ്ങളെ.

ഏഴാംനിലവറയ്ക്കുള്ളിൽ-
സ്സൂക്ഷിപ്പൂപോൽ വസുന്ധര
ഏഴു സൂര്യന്മാരെ,യേതു-
മറിയാതെ സദാഗതി.

ഉഴുതാകെ മറിക്കേണം,
കൊഴുവിന്നൂറ്റമിദ്ധര-
തിരിച്ചറിഞ്ഞു തൻ കാൽക്കൽ
അർപ്പിക്കും നിധിയൊക്കെയും.

പൊളിക്കേണം കവാടങ്ങൾ,
സംഹരിക്കണമൊക്കെയും;
അതിലും മീതെയെന്തുള്ളൂ
മിന്നും തോൾവള തീർക്കുവാൻ?

ഭൂമിതൻ മാറിലൂടാകാ-
ശ,ത്തൂഴിക്കുള്ളിലൂടെയും
ഒഴുകിപ്പോയ് ഉപ്പലയ്ക്കു
കരുത്തേകും സരിത്തുകൾ,

അപ്സരസ്സുകൾ, ഗന്ധർവ,-
നാഗ, കിന്നരകന്യകൾ...
അവരൊത്തു തനിക്കെന്നും
ജലകേളിയൊരുക്കണം.

മദഗന്ധം പൊഴിക്കുന്നൊ-
രിളയെക്കൈക്കരുത്തിനാൽ
തന്റെ രാക്കേളികൾക്കായി-
ട്ടന്തപ്പുരമണച്ചിടും.

പഞ്ചഭൂതങ്ങളും മുന്നിൽ
പഞ്ചപുച്ഛം മടക്കവേ,
ദിനരാത്രങ്ങൾ മുത്തച്ഛ-
ന്നാലവട്ടങ്ങളായിപോൽ!

### നാല്

അച്ഛനിപ്പൈതൃകത്തിൽത്താൻ
കൊടിനാട്ടിപ്പൊലിക്കവേ,
ഭൂമുഖത്തു പൊറുക്കുന്ന
ചരാചരമശേഷവും,

ഭൂധരം, ദിഗ്ഗജം, ചക്ര-
വാളം, അബ്ധികൾ, അംബരം,
നാനാനക്ഷത്രവൃത്തങ്ങൾ,
സൂര്യന്മാർ, ഇരുൾ,വെട്ടവും

തന്നനുജ്ഞയ്ക്കു കാതോർത്തു
നില്പോരെന്നുള്ള ഗർവ്വിനാൽ
ഖഗോളങ്ങളെ മുറ്റത്തു
പന്തുതട്ടിക്കളിച്ചുപോൽ!

വിശ്വപ്രകൃതിയെത്തന്റെ
തൊഴുത്തിൽ കെട്ടിയിട്ടുപോൽ
ചവിട്ടുമെന്നു കാലിന്നും
കയറിട്ടു കുരുക്കിപോൽ.

കിടാവിനെക്കൊന്നു വൈക്കോൽ
നിറച്ചരികിൽ നിർത്തിപോൽ,
നക്കും നാവിൻ ദൈന്യമെന്നും
അകിട്ടിൽച്ചോരവാർത്തുപോൽ.

കാടിവാറ്റിക്കുടിച്ചാകെ
പാലായ് മാറ്റും വദാന്യത
തിരിച്ചറിവതെമ്മട്ടിൽ
സ്വാർത്ഥലോലുപധൃഷ്ടത?

**അഞ്ച്**

എന്നെക്കോരിക്കുടിപ്പിച്ച-
തിക്കരിംപാലിലെച്ചുന.
അറിഞ്ഞീലന്യർതൻ കണ്ണീ-
രിനു ചൂടുള്ള വാസ്തവം.

വിരിയുംപൂവെനിക്കൊന്നും
തരുന്നില്ലെന്നറിഞ്ഞ ഞാൻ
തല്ലിക്കൊഴിച്ചു മൊട്ടെല്ലാം
പറിച്ചു ചെടി, വേരോടെ.

എനിക്കു തണലേകാനായ്
മണ്ണിലെന്തിന്നു മാമരം?
വെയിൽ ചോർന്നു തിളയ്ക്കുന്ന
ചെറ്റയല്ലെന്റെ മാളിക.

മണ്ണിൽ വേരാഴ്ത്തി വാനത്തിൻ
നെഞ്ചിൽച്ചായും വനങ്ങളെ
വെട്ടിച്ചുടുക വേരോടെ;
ചായച്ചെടി വളർത്തുക.

കോടികോടിസ്റ്റോളർ നാളെ
കിളിന്തിലകളേകിടും.
നട്ടാൽ പൊടിക്കണം, മണ്ണിൽ
പൊൻപണം വിളയിക്കണം.

മലതന്നടിവാരംതൊ-
ട്ടാകാശത്തോളമോളമി-
ട്ടിളകുന്നു കരിംപച്ച-
ച്ചായപ്പരവതാനികൾ!

അതിന്റെ ലഹരിക്കുത്തിൽ
എന്നെത്തന്നെ മറന്നു ഞാൻ.
പതയും മധു തോഴർക്കും
വിളമ്പീ സാന്ധ്യകന്യകൾ.

പാതാളത്തിന്നടിത്തട്ടിൽ
മഹാഗഹ്വരമുണ്ടുപോൽ;

അതിൽ പ്രതിദ്ധ്വനിപ്പൂപോൽ
സംവർത്താസന്നകാഹളം.

കടൽത്തട്ടിൽച്ചക്രവാളം
ചിലമ്പിട്ട പെരുമ്പറ;
തിളച്ചുപൊന്തുമുല്ലോല-
കല്പവഹ്നിപ്രകമ്പനം.

പതഞ്ഞുരുകിയേന്തുന്നു
ഭൂമിതന്നന്തരാളവും.
മൂടി പൊട്ടിത്തെറിക്കുന്നു
ധരാധരമഹാസനം.

ആളിപ്പടർന്നടിതകർ-
ന്നോളംവെട്ടിപ്പരക്കയായ്
ചരാചരങ്ങളെപ്പാടെ-
യാഴ്ത്തിമുക്കി വസുന്ധര.

കരിംപാറകൾ, കണ്ണെത്തും-
വരെ മൂടിയ മണ്ണുല;
പിടഞ്ഞു നേർത്തുനേർത്തൂറി-
വറ്റീടുമൊരു നിർഝരി.

ചതഞ്ഞരഞ്ഞടങ്ങുന്നൂ
പുകയാത്തൊരു പട്ടട-
യ്ക്കുള്ളിലെൻ മേട;തേനുറ്റി-
ക്കുടിച്ച കുസുമങ്ങളും.

എന്റെ ലോഭങ്ങൾ, മോഹങ്ങൾ,
അഹങ്കാരങ്ങൾ, ആർത്തികൾ,
ഭൂരിഭൂതികൾ, ഏതിന്നു-
മവകാശികൾ മക്കളും.

എനിക്കായി വിയർപ്പൂറ്റി-
യൊടിഞ്ഞ മുതുകെല്ലുകൾ,
മണ്ണുവാരിത്തിന്നു വിശ-
പ്പടക്കിയ കിടാങ്ങളും.

ഉറക്കെക്കരയാൻപോലു-
മൊച്ചപൊങ്ങാതെയീവിധം
മണ്ണിൽ മണ്ണായ്,പ്പാറ നെഞ്ച-
ത്തമർന്നിരുൾ പരക്കവേ,

ഇന്നോളമറിയാതുള്ള
സത്യമുള്ളിലുദിക്കയായ്:
ചിതാഭസ്മത്തിൽ മർത്ത്യന്മാർ
ക്കൊരേനിറ,മൊരേപുളി.

പലവട്ടം പെയ്തൊഴിഞ്ഞൂ
മുറപോലെ ഘനാഘനം.
അവനിക്കുള്ളിലിപ്പോഴും
വറ്റീലാ ചുടുകണ്ണുനീർ.

മാനംമുട്ടുംവരെത്തൂർന്ന
മണ്ണട്ടികളിലപ്പൊഴും
ഒരു പച്ചപ്പുൽത്തലപ്പും
കിളിർത്തീലുള്ളെരിച്ചിലിൽ.

ഇരുസന്ധ്യകളും വന്നു
നിറനെയ്ത്തിരി വെയ്ക്കിലും
വീർപ്പുമുട്ടും മഹാധ്വാന്തം
മാനം മുട്ടിപ്പരക്കയാൽ

കൂടുണ്ടാക്കിപ്പൊരുന്നീലാ
തുടുമുട്ടയിതേവരെ
ഒരു പൈങ്കിളിയും, താഴെ-
യിഴഞ്ഞീലൊരു മണ്ണിര.

കാൽച്ചിലങ്കയണിഞ്ഞീലി-
ങ്ങൂറ്റുനീരൊന്നും, ഈ വഴി-
ക്കൊരു കുഞ്ഞിക്കാറ്റുപോലും
വന്നീലാ ചുണ്ടിലീണമായ്.

വലിച്ചുകീറിയാകാശം
ഇരുൾക്കട്ടിക്കരിമ്പടം,
വെളിച്ചുമൊഴുകീ നേർത്തു
നീളും കുങ്കുമരശ്മിയായ്.

മണ്ണിൻ പട്ടടയിൽക്കുഞ്ഞി-
ക്കാലടിപ്പാടു കാണവേ,
ആരിതാരെന്നൊരുദ്വേഗം
കൊണ്ടൂ വാനിന്റെ നീലിമ.

ഇളംകാറ്റിൻവിരൽത്തുമ്പിൽ-
പ്പിടിച്ചിട്ടൊരു പൈതലാൾ
പിച്ചവെച്ചു നടക്കുന്നു
വെള്ള കീറിയ മാതിരി!

നക്ഷത്രം പച്ചിലത്തുമ്പായ്
വലംകൈയിൽത്തുടിക്കുവോൾ,
മാനംചുംബിച്ചു വിരിയും
വെള്ളച്ചിറകെഴുന്നവൾ,

ജഗദംബയുടുപ്പിച്ച
ബാലാതപമണിഞ്ഞവൾ,
കണ്ണിന്നകത്തീശ്വരന്റെ
കാരുണ്യക്കതിരുള്ളവൾ!

മണ്ണിലാഴ്ന്ന കരിംപാറ-
ക്കെട്ടിൻചാരത്തണഞ്ഞവാ-
റവൾ നിൽക്കുകയായ്, ഉള്ളി-
ലേതോ നീരൊലി കേട്ടപോൽ.

പാറമേൽച്ചെവിയോർത്തേറെ
നേരം നിൽക്കുന്നു, കാറ്റിനോ-
ടെന്തോ കൊഞ്ചുന്നു, നെഞ്ചിൽക്കൈ-
ച്ചേർത്തു ചിമ്മുന്നു കണ്ണുകൾ.

കരങ്ങൾ കല്ലിൻ കവിള-
ത്തമ്മ കുഞ്ഞിനെയെന്നപോൽ
താലോലിച്ചു തലോടുന്നൂ;
മുല ചോരുന്നു വിണ്ണിനും.

പിറക്കുംമുമ്പിലേതന്നെ
ആരോതിത്തന്നു പൈതലേ

ഊഴിയെച്ചുട്ടുപൊള്ളിക്കു-
മമ്മതന്നശ്രുവെന്നതും,

ഉതിരാതതു കൺപീലി-
ത്തുമ്പിൽ നിന്നു തിറമ്പവേ
പൂർണ്ണവൃത്തത്തിലാകുന്നൂ
മാരിവില്ലുകളെന്നതും?

കല്ലിൽനിന്നും കൈയെടുത്തു
കൺകളിൽച്ചേർത്തുനിൽപ്പു നീ.
ചോരപ്പൂവിതൾപോലാവാ-
നെന്തേ നിൻ വിരലൊക്കെയും?

നീലവാനം പിളർക്കുന്ന
മിന്നൽപ്പിണർ ഇമയ്ക്കവേ,
ഒരു വെള്ളിടി,യീയണ്ഡ-
കടാഹമിടിയുംപടി.

പൊട്ടിത്തകർന്നു ചിന്നുന്നു
കരിംപാറയതിന്നക-
ത്തിത്രകാലം വീർപ്പുമുട്ടി-
ക്കിടന്നൊരു കരച്ചിൽപോൽ,

ജടാജൂടം വിട്ടു ചിന്നും
ഭാഗീരഥി കണക്കെയും
ഒരു വെള്ളക്കുത്തു പൊട്ടി
വരൾമണ്ണിലൊലിക്കയായ്.

അതിന്നുറവിടത്തിൽപ്പേ-
രറിയാത്തൊരു മാമരം
തുടുകൈയാൽത്തലോടുന്നൂ,
പോക്കുവെയിലിൻ കവിൾത്തടം.

ആകാശത്തിൻ ചുരുൾമുടി
വിരലോടിച്ചൊതുക്കവേ,
ചില്ലതോറും വാനവട്ടം
അന്തിത്തിരി കൊളുത്തവേ,

ഇളകീടുമിലച്ചാർത്തിൽ
ഓങ്കാരമുണരുംപടി,
ഇളംകാറ്റിൻവിരൽത്തുമ്പു
ശ്രുതി മീട്ടിത്തുടങ്ങവേ,

മണ്ണിൽപ്പൊങ്ങിക്കണ്ട വേരിൽ
കുഞ്ഞിക്കാലടിവെച്ചുനി-
ന്നേന്തിക്കെട്ടിപ്പിടിക്കുന്നൂ,
മകളമ്മയെയെന്നപോൽ!

ഓമനേ, നിന്റെ കുഞ്ഞിക്കൈ-
ച്ചൂടു കിക്കിളികൂട്ടവേ,
തിരിച്ചറിഞ്ഞു നീ എന്ന
പൂനിലാവായ് ജഗത്രയം!

(2020)

## അഗ്നിച്ചൂണ്ടൽ

(അധികാരം അനന്തദുരാഗ്രഹസൂത്രത്തിന്നറ്റത്തുറപ്പിച്ച അഗ്നിച്ചൂണ്ടലാകുന്നു. വിഴുങ്ങി, ചങ്കിൽ കൊളുത്തിക്കഴിഞ്ഞാൽ പിന്നീടഴിയുകയില്ല. സിംഹാസനത്തിലേക്കുള്ള പാതയിൽ ലക്ഷ്യപ്രാപ്തി മാത്രമാണ് ധർമ്മവും നീതിയും ലോകാചാരവും. മനുഷ്യബന്ധങ്ങളും മനസ്സാക്ഷിയും കേവലം പൊള്ളവാക്കുകൾ. നേടിയത് ശശ്വൽക്കരിക്കാനാവശ്യമായ തന്ത്രങ്ങൾ മെനയുന്നതാണ് രാജനീതി, എക്കാലത്തും.)

ഉപോദ്ഘാതം

വേരറ്റംവരെയും താഴ്ത്തി-
ക്കുഴിച്ചു പിഴുതീടുക
നിസ്സങ്കോചം, നാമ്പു നീട്ടും
മനസ്സാക്ഷിയെ നിർമ്മമം.

പിന്നീടൊരിക്കലും പൊട്ടി-
ക്കിളിർക്കാതെയടങ്ങുവാൻ
അതിന്റെ മീതെയെരിയും
ചിരട്ടക്കനൽ നീർത്തുക.

പുരോയാനം

അധികാരത്തിന്റെ മുമ്പിൽ
പഞ്ചപുച്ഛം മടക്കിടും;
മുഖം തിരിക്കുമെല്ലാരും
കീറ ചുറ്റുന്ന വേളയിൽ.

ഒരൊറ്റ മാർഗ്ഗം നിൻ മുന്നിൽ:
കൊന്നും കൊല്ലിച്ചുമേറുക.

നിനക്കു തുണ നീ മാത്രം,
ഉൽക്കടോൽക്കർഷവാഞ്ഛയും.

വിശ്വസിക്കരുതാരേയും.
കുതികാൽവെട്ടും, ഓർക്കുക.
അടുക്കരുതൊരാളോടും
അടുപ്പിക്കരുതാരെയും.

ഒപ്പം നടക്കെ മുന്നേറാൻ
തുനിഞ്ഞാൽ കൊന്നുതള്ളുക.
മോന്തായത്തിൽ ചാഞ്ഞ കൊമ്പു
വളരുംമുമ്പു വെട്ടുക.

ഉടപ്പിറപ്പെന്ന വാട്ടം
ഉടവാളിനു ചേർന്നിടാ.
അധികാരത്തിന്നു ധർമ്മം
അസിധാരാസുയോധനം.

കൊടുംപാതകമോരോന്നാ-
യോരോന്നായ്ച്ചെയ്തുകേറുക
ശങ്കാപേതം, നാളുതോറും
കൈ വിറയ്ക്കാതെ നിർഭയം.

കയറാനവയോരോന്നും
ചവിട്ടുപടിയാക്കുക.
കണ്ണുറയ്ക്കുക ലക്ഷ്യത്തിൽ,
ഇടറാതടിവെയ്ക്കുക.

ലക്ഷ്യത്തിലണയുംമുമ്പെ-
യൊരിക്കലുമിളയ്ക്കൊലാ.
തിരിഞ്ഞുനോക്കാൻ തോന്നുമ്പോൾ
മുളയിൽത്തന്നെ നുള്ളുക.

കടന്നുപോന്ന വഴികൾ
മുച്ചൂടും വിസ്മരിക്കണം.
മുന്നോട്ടുവെയ്ക്കുമടികൾ-
ക്കവ നിർഭരഭാരമാം.

പിൻതുടർന്നെത്തിടും കോലാ-
ഹലം കാതോർത്തു കേൾക്കുക;
നിനക്കു സാധുവോതുന്നോ-
രെന്നുറപ്പുവരുത്തുക.

ഇടയ്ക്കപസ്വരം കേട്ടാൽ
ചങ്കിൽ കാൽമുട്ടമർത്തുക.
കാലം നോക്കിപ്പറിക്കുന്നൂ
കണ്ണുള്ള കൃഷകൻ കള.

സിംഹാസനത്തിൻ ചാരെച്ചെ-
ന്നെത്തി,പ്പാലിക്ക സംയമം;
ആളുകാണും ഇളക്കാനും
കാലുമാറ്റാനുമെപ്പൊഴും.

അവരെപ്പാട്ടിലാക്കേണം,
ചതുരോപായവൃത്തിയിൽ.
തോളിൽക്കൈയിട്ടുനീങ്ങുമ്പോ-
ളിടംകാലിട്ടു വീഴ്ത്തുക.

തല വെട്ടുക, ചിന്തുന്ന
ചെഞ്ചോരയിലുറയ്ക്കണം
ഭദ്രാസനം; കാലു മാറി-
ല്ലാരും പിന്നീടൊരിക്കലും.

നിൻനേർക്കു വിരൽ ചൂണ്ടുന്നോർ-
ക്കുള്ളതാം കൽത്തുറുങ്കുകൾ.
അവ കല്ലറയാക്കേണം,
രാജ്യദ്രോഹികളാണവർ.

ഉച്ചമാർത്തുവിളിച്ചുംകൊ-
ണ്ടൊപ്പംപോന്നവരെ ക്രമാൽ
പുരികത്തുമ്പിനാൽത്താഴെ-
ത്തറയിൽത്താനിരുത്തുക.

ഒരാൾ മാത്രം മുന്നിലെത്തി-
ക്കുനിഞ്ഞു കഴുകിക്കുക;

സേവിക്കേണം പാദതീർത്ഥം
ഏവരും ഭക്തിപൂർവകം.

അവിശ്വസിക്കുകാരേയും
എന്നാ,ലെല്ലാർക്കുമുള്ളിൽ നീ
സദാ തിളങ്ങി നിൽക്കേണം
ദൃഢവിശ്വാസമൂർത്തിയായ്.

ഉപദേശിപ്പോർക്കു കാതു-
നൽകാം, ഓതായ്കൊരക്ഷരം.
വന്നതാരെന്നിറങ്ങിപ്പോം-
മാത്രതന്നെ മറക്കുക.

ചക്രം തിരിപ്പൂ താൻ താനെ-
ന്നുള്ളിൽത്തോന്നണമേവനും.
എന്നാൽ, കർമ്മങ്ങളേതും നിൻ-
തീർപ്പിനൊത്തു നടത്തണം.

നിനക്കു തുണ നീ മാത്രം;
നീയേ നിൻ ബന്ധു മിത്രവും.
ഗുണദോഷം വിവേചിക്കും
മന്ത്രവും മന്ത്രധാരിയും.

നിനക്കു നിന്നൊടല്ലാതെ
മമത്വമരുതാരൊടും.
കാരുണ്യം നേത്രരോഗിക്കു
കത്തിയാളുന്ന പന്തമാം.

പാതവക്കിൽ കിശോരങ്ങൾ,
ഗർഭം, യുവത, വാർദ്ധകം
വിശപ്പിൽച്ചത്തടിഞ്ഞീടാം
വാരിക്കൂട്ടാം ശവങ്ങളെ.

കേളീഗൃഹത്തിൻ മുറ്റത്തു
വരുത്തി,യൊരുമിച്ചവ
കുഴിച്ചുമൂടി,യുദ്യാന-
ത്തിന്നു മേൽവളമാക്കുക.

പ്രതിമാപഥം:

ചെയ്യുംമഹാപാതകങ്ങ-
ളെല്ലാമൊന്നിച്ചുരുക്കുക,
തീർപ്പിക്കുക ദശക്രോശ-
മഹാശില്പം ശിലാമയി.

അയ്യഞ്ചുഭാരം കനകം
അഗ്നിശുദ്ധി വരുത്തുക,
ശില്പമാകല്പമതിനാൽ
പൊതിഞ്ഞോജസ്സിയറ്റുക.

അകത്തകർമ്മ, മാനാസം
പാനംചെയ്തുള്ള കാളിമ
പുറത്തു കാണുകില്ലാ, ക-
ണ്ണഞ്ചും കാഞ്ചനദീപ്തിയിൽ.

അഗ്നി*പ്രഭ മയക്കുന്നൂ
നീതിപീഠത്തെയും; നമു-
ക്കിന്നും മൂക്കിന്നിരുവശ-
ത്തല്ലയോ രണ്ടുകൺകളും?

സ്ഥാനജ്ഞന്മാരൊന്നുകുറെ
നൂറുപേരെ വരുത്തണം
നിദേശിക്കുമിടം സപ്താ-
ഹാർച്ചനത്തിൽ വരിക്കണം.

വേദപാരംഗതന്മാരാ-
മായിരം ദ്വിജസത്തമ-
ന്മാരെപ്പീഠമുറപ്പിക്കാൻ
വരുത്തി,ബ്ബലിനൽകണം

നോക്കുന്നതാരേതുചൊവ്വിൽ-
നിന്നാകിലുമൊരേവിധം
നോക്കുന്നൂ നീ തന്റെ നേർക്കെ-
ന്നാർക്കും തോന്നുന്ന മാതിരി,

* അഗ്നി – സ്വർണ്ണം

ഉറപ്പിക്ക മഹാശില്പം;
യക്ഷ, ഗന്ധർവ്വ, പന്നഗർ,
സിദ്ധരും ദിവി വന്നെത്തി-
പ്പുഷ്പവൃഷ്ടി നടത്തണം.

ഫലശ്രുതി

സൂര്യന്മാർ, നൂറുചന്ദ്രന്മാർ,
നൂറുതാരാപഥങ്ങളും,
വാനങ്ങളും, പതിന്നാലു-
ലോകങ്ങളുമൊരാർത്തിയിൽ

ഒഴുക്കറ്റു ഞരക്കത്തിൽ
ചേർന്നരഞ്ഞടിയുമ്പൊഴും
മഹാപ്രളയപർജ്ജന്യം
പെയ്തുതോർന്നൊഴിയുമ്പൊഴും

അഭാസ്കര,മമര്യാദം*
കാലത്തിൻ ദീപയഷ്ടിയായ്
ജ്വലിക്കും നിൻ പ്രതിച്ഛായ;
നീയേ ഭൂലോകഭൈരവൻ!

(2020)

---

* അമര്യാദം - അതിരറ്റ്

## മതിലുകൾ

മതിലുയർത്താൻ കനാവിലന്നം കണ്ടു
ചുടുവിയർപ്പിൽത്തിളയ്ക്കും പിതാക്കളേ,
മതിലുയർത്താൻ സിമന്റു ചുമക്കുന്ന
ദലിതമാതാക്കളേ, കുഞ്ഞുപെങ്ങളേ,
മതിലുയർത്തുവാനിഷ്ടിക ചുമ്മുന്ന
പശിചവയ്ക്കുമസ്പൃശ്യബാല്യങ്ങളേ,
മതിലുയർത്തുവാൻ നട്ടെല്ലു വാറ്റുന്ന
ക്ഷുഭിതയൗവനദീപ്തനാളങ്ങളേ,
മതിലുയരുന്നതെന്തിനെന്നോരാതെ
മതിലുയർത്തും ഗതികെട്ട കൂട്ടരേ,
മുതുകൊടിഞ്ഞു,മിടിഞ്ഞു,മടിഞ്ഞുള്ള
കുടില്, കീറപ്പഴംചാക്കുമാമറ,
അരികുപൊട്ടിയ ചട്ടി, കലം, നില-
ത്തിഴുകിടും മലം, മൂത്രം, അതിൽച്ചപ്പി-
യുഴറിടും നവജാതദൈന്യങ്ങളേ,
കൃമികൾ നിങ്ങൾതൻ ചേരി പുറംലോക
മിഴികളിൽപ്പെട്ടുപോകാതെ കാക്കുവാൻ
മതിലുയർത്തുന്നു നിങ്ങളേ നിങ്ങൾക്കു
ചിതയൊരുക്കി,ക്കയറ്റിക്കിടത്തുന്നു.

മതിലിനിപ്പുറം ലോകം നുരയ്ക്കുന്ന
ലഹരിയിൽച്ചീർത്ത മത്തനൃത്തോത്സവം.

ഇളയിളക്കുന്ന ഹസ്തദാനങ്ങൾ, ക-
ണ്ണടയവേ, ധൃതരാഷ്ട്രോപഗൂഹനം.*
നെടിയമസ്തം, തിടമ്പു, മുത്തുക്കുട,
കുറിയതേൻമിഴിക്കാഴ്ചക,ളാർപ്പുകൾ,
തുമുലവാദ്യഘോഷം, രഥയാത്രകൾ...

അപശകുനം, പഴന്തുണിക്കീറയിൽ
ദുരിതജന്മം മറയ്ക്കുന്ന നിങ്ങളും
മതിലിനപ്പുറം പട്ടിണിക്കോലങ്ങൾ
പെരുവിരൽത്തുമ്പിലേന്തിനിന്നീടുക.
തലകളേതും പിഴയ്ക്കാതെയെണ്ണുവാൻ
കഴിയണം. അതിന്നല്ലീ മതിലുകൾ!

മതിലുകെട്ടിയുയർത്തുമ്പൊഴും മണ്ണി-
നടിയിലേക്കുമിറക്കി മാടുമ്പൊഴും
പിറവിമണ്ണിൽത്തളിർത്തു വേരിൽപ്പടർ-
ന്നതിനടിക്കൂടെയും മിഴിനീ,രൊരു-
തരിവെളിച്ചം തിര,ഞ്ഞിഴഞ്ഞെത്തിടു-
മരിയ വേർത്തുമ്പിലും പുതുനാമ്പുയിർ-
ത്തവനിതൻ കരൾ കീറിയുയർത്തിടും
തളിരിലത്തുടുമുഷ്ടി, തെറിച്ചീടു-
മൊരു തടിത്ത,തിൽ മുപ്പാരും...

(2020)

* ധൃതരാഷ്ട്രോപഗൂഹനം = ധൃതരാഷ്ട്രാലിംഗനം. ഉപഗൂഹനം = ആലിംഗനം. ചേർന്നുനിന്നു മറയ്ക്കുന്നത് എന്ന് വിശേഷാർത്ഥം.

## ശവം എന്തു ചെയ്യണം?*

എന്തുചെയ്യണമെന്നോ സംഭ്രമം?
ശവം നോക്കിക്കൊണ്ടിരിക്കയോ
വിളിപ്പുറത്തു ഞാനുള്ളപ്പോൾ?
ചെക്കുകളൊന്നോ രണ്ടോ തിയതി വെയ്ക്കാതെ
ഒപ്പുവെക്കുക, കൈയിൽക്കരുതീടുക, പോരും;... പോരൂ.
കൃത്യമായെഴുതായ്ക സംഖ്യയും പേരും
എല്ലാം വ്യക്തമായ് മുഖതാവിൽ
സംസാരിച്ചുറപ്പിക്കാം.
പരസ്യങ്ങളിൽക്കാണും നിരക്കോ?
വ്യവസായം പരമായ്പ്പാലിക്കേണ്ടും
മുറയല്ലല്ലീയെല്ലാം?

ജീവനം കിടാങ്ങൾക്കു നൽകുമെൻ തൊഴിലിന്നു
കേവലമുരുപ്പടി മാത്രമാകുന്നു ശവം.
പട്ടുപോവുകയനുമാത്ര.
അപ്പിണമിങ്ങോട്ടെത്തുക;
അനുസ്യൂതമൃതിയെന്നഷ്ട്രൈശ്വര്യം!
നൂറു ജന്മനക്ഷത്രം കണ്ട കണ്ണ്,
അമ്മിഞ്ഞപ്പാലൂറുന്ന തൊണ്ണും!
രുചിച്ചുണ്ണുമത്യയ[1]മെന്നും!

---

* 'മൃതശരീരം എന്തു ചെയ്യണം എന്ന ചോദ്യത്തിന്, 'ചക്കിൽ ആട്ടി വളമാക്കൂ' എന്ന് ശ്രീനാരായണഗുരു.

1. അത്യയം മരണം. (മടങ്ങിവരാതെയുള്ള യാത്രയാണ് അത്യയം)

കടൽ വറ്റുക കണ്ണിൽ,
നെഞ്ചുയർന്നമരുക,
കെടുഗന്ധത്തിൽദ്ദീർഘശ്വാസം ചാഞ്ഞടങ്ങുക.
പിടയും പ്രാണൻ വേരുപറിയുന്നേരം
തുറന്നടയും വായ്,
മേലോട്ടു വലിയും മിഴിപ്പോള...
എല്ലിനുള്ളവും വരണ്ടുണങ്ങും,
താഴും താടിയെല്ല്;
ഇനി,ത്തുറന്ന വായടയി,ല്ലടച്ചാലും.
ഇതു മൃത്യുവിൻ മുഖം...!
ദുഃസ്വപ്നം കാണും, കെന്തിക്കരയും കിടാങ്ങളും;
ബീഭത്സം ദുരാലോകം[2]
ഉറ്റുനോക്കിക്കൊണ്ടിടരറ്റടുത്തിരിക്കുവാൻ
പറ്റുകില്ലുറ്റോർക്കാർക്കും,
(എനിക്കും!) അയൽക്കാർക്കും.

### രണ്ട്

അതിനാൽ നഗരത്തിൽ
ശാന്തമാരമ്യം ഹർമ്യം പണിയിച്ചു ഞാൻ.
പടിപ്പുരയിൽ കാവൽക്കാരും
പരിശീലനം തീവ്രം എമ്പാടും നൽകീട്ടുള്ള
പരിചാരകർ.
വിളിപ്പുറത്തു ഭിഷഗ്വൃന്ദം.
നോവേതുമറിയാതെ
വയസ്സോടൊപ്പംകൂടും വേവലാതികളൊഴിഞ്ഞ്
അന്ത്യനാളുകൾ നീക്കാൻ,
മറ്റൊരുത്തനെ നോവിക്കാതെ,
സാഗരോപാന്തമെത്തുമാറുപോൽ
ശാന്തം
നിത്യശാന്തിയിലാഴാൻ
എന്തു മുന്നൊരുക്കവും സമൃദ്ധം.

---

2. ദുരാലോകം നേരെ നോക്കാൻ കഴിയാത്തത്.

ഉറ്റോർ വന്നുകണ്ടു പോയതിൻശേഷം
സംസ്കാരം യഥായോഗ്യം.
പൊതുദർശനം,
ചാനലനുശോചനം,
റീത്തിൽപുതുപൂ
മാറിൽത്തല്ലി ചിട്ടയായയഴുവോരും.
കേടുപാടുകളേതും കൂടാതെ-
യാവശ്യംപോൽ പേരുകൾ മാറ്റാം,
വെയ്ക്കാം ക്യാമറക്കണ്ണിൽത്തതന്നെ...
(ഉറ്റവർ, ഉടപ്പിറപ്പുകൾ, ബാന്ധവർ, മിത്രം, പറ്റലർ...
നമുക്കെത്ര വാക്കുകൾ, നിഷ്പ്രാണങ്ങൾ!)

## മൂന്ന്

ഭക്ഷണം നേരാംമട്ടിലിറക്കാൻ വയ്യാതാകുമക്ഷണം മുതൽ
അസ്തിമജ്ജനംവരെയെല്ലാം
അണുവും വിടാതോരോ രംഗവും
അനുദിനം, കണിശം സംഗീതാർദ്രം
വീഡിയോ തയ്യാറാക്കും.
എന്തൊരാശ്വാസം നൽകും വിദേശങ്ങളിലുള്ള
ബന്ധുക്കൾക്കത്
ദീർഘവാരാന്ത്യ[3]വൈരസ്യത്തിൽ.
ശവമായ്ക്കഴിയുമ്പോൾ
മർത്ത്യർക്കും മൃഗങ്ങൾക്കും
ഭുവനത്തിലെസ്സമസ്തങ്ങൾക്കും ഒരേമുഖം!
അഴുകും, നാറും...
ശീതീകരിച്ചു സൂക്ഷിക്കുവാൻ വഴിയുണ്ട്.
എന്നാൽ വീട്ടിന്നുള്ളിലെത്രനാൾ വെയ്ക്കും?
മരിച്ചാൽ മനുഷ്യനുമളിയും,
കൃമികൾക്കു നുരയാം,
ഇരയാകാം;
മണ്ണിൽമണ്ണായിച്ചേരും.

3. ദീർഘവാരാന്ത്യം = Long week/end

## നാല്

മറ്റുള്ളോർക്കുതകുന്നമട്ടു ജീവിക്കാം;
എന്നാൽ,
സത്തുക്കൾ താങ്ങാവുന്നിതന്യനു, മരിച്ചാലും.
അതിനാലാരംഭിച്ചിട്ടുണ്ടു ഞാൻ
പൂർവാഭൂതപുതുപദ്ധതിയൊന്ന്
ഈ മന്ദിരത്തിനു ചാരെ.
കോടികൾ ചെലവിട്ടാലെന്ത്?
എന്റെ ഗവേഷണം
ലോകത്തിലൊരു പുത്തൻസുര്യനായുദിച്ചെത്തും.
അഴുകിപ്പോകാതേതു ശവവും
സുഖഗന്ധമൊഴുകും
വളമാക്കിമാറ്റുന്ന രസതന്ത്രം
എന്നുടെ ഗവേഷണശാലയിലവിളംബം
ഉന്നിദ്രോജ്ജ്വലനീലപുഷ്പം പോൽ
വിടർത്തും ഞാൻ.
യന്ത്രശാലയിലനദ്ധ്യായമായ് അഹോരാത്രം
എന്തൊരു തിരക്കാകും...!
കാളകൾ വട്ടംചുറ്റിച്ചാണകമിടും ചക്കിന്നെന്താവാം...?
ശവത്തിന്നീബ്ഭൂമിയിലുണ്ടോ പഞ്ഞം?
നാട്ടിലും വിദേശത്തും
നൂറുനൂറനുബന്ധസംരംഭങ്ങളും!
നാളെ
ഭൂതി[4]പൂർണ്ണമാം ജൈവവളസമ്പന്നം ലോകം!

(2019)

4. ഭൂതി = ഐശ്വര്യം; വെണ്ണീർ എന്നും.

## എന്റെ കുടുംബം

**വേ**ളി ഞാൻ യഥാവിധി കഴിച്ചു കുടിവെച്ചൂ
സാഗരമരഞ്ഞാണം ചാർത്തിയ വസുധയെ.
കിഴക്കിൻ തുടുചെപ്പു നെടുമംഗല്യം നേർന്നു
തുറക്കുമ്പൊഴേ നെറ്റിക്കുങ്കുമം തെളിയുന്നൂ.
മോതിരവിരലിൽ ഞാനണിയിച്ചതാം ചക്ര-
വാളത്തിൽക്കതിർചിന്നും വൈഡൂര്യം തിളങ്ങുന്നൂ.

ചേർത്തു നിർത്തുവാൻ കരം നീട്ടവേ കുതറുന്നൂ
നേർത്ത നീലനീരാളം, എന്തിനെന്നറിയാതെ!
ഇളകും ബഡവാഗ്നിജ്വലനം, വനശ്യാമ-
പുളകം, ഗിരിശൃംഗവക്ഷസിയെന്തുദ്വേഗം!
കുനിയും ശിര,സ്സൂർന്നിറങ്ങിടും ബാലാതപം,
വനി നിശ്ശേഷം തുളുമ്പുന്ന മാദകഗന്ധം!

ഗിരിഗഹ്വരം, നദം, സാഗരഹ്രദനാദം,
വിരിയും മധുഗന്ധം, ചങ്ങാലീകളസ്വനം,
ജീവകോടികൾ, ചിലമ്പിളക്കുമിളംതെന്നൽ...!
ഞാൻ വിളിക്കവേ,യൊന്നായ് വിളികേൾക്കയായ്, 'അച്ഛാ!'

(2018)

## നരബലി

(ശതകോടികൾ കട്ട്, വിദേശത്തേക്ക് ഒളിച്ചുകടന്ന്, സുഖിക്കുന്നവർ, നീരവ് മോദിയടക്കം മുപ്പത്തൊന്നുപേരാണത്രെ. അത് രേഖയിലുള്ളവർ. കണക്കിൽപ്പെടാത്തവർക്ക് കണക്കില്ല. ഇവരുടെ കാലിൽ മുള്ളുതറച്ചെങ്കിലോ എന്ന അമ്മയുടെ വേവലാതി, ഉരുണ്ടുകൂടി പ്പെയ്തിറങ്ങുമ്പോൾ ഇങ്ങനെയൊരു കവിത. ഒരു മാതൃദർശന വുമുണ്ടിതിൽ. വരദയായ ദുർഗ, ചോര കുടിക്കുന്ന കാളി അമ്മയുടെ രണ്ടു ഭാവങ്ങൾ. രണ്ടും സമ്യക്കായി ചേരുന്ന കണ്ണിൽ അമ്മ എന്ന സങ്കല്പത്തിന്റെ വിശ്വരൂപദർശനം.)

**അ**വനെത്തിരികേ വിളിക്കണം,
നടുമുറ്റത്തു വിളക്കു വെക്കണം,
കുരുതിക്കല്ലിലൊടുക്കണം ബലി.

ചൊരിയും ചുടുചോരയിൽക്കിട-
ന്നുരുളും തൻ തല കണ്ടു കൺകുളുർ-
ത്തൊരു യാമം വെറുതേയിരിക്കണം.

അതിലിട്ടുഴിയെച്ചവിട്ടണം
മതിയാകുംവരെയീയിടത്തുകാൽ-
ക്കുതിയാൽ, ആയതിലാർത്തു തുള്ളണം.

തറവാട്ടിനകത്തു നാൾകളായ്
തുടുനാവാട്ടി മുരണ്ടു കൺതുറി-
ച്ചൊരു ചെന്നായ, കൊടുംവിശപ്പുപോൽ

ചുറയു[1] ന്നതറിഞ്ഞിരിപ്പു, ഞാ-
നതിനായ് വാതിൽ തുറന്നു വെക്കണം,
അതു വന്നീച്ചുടുചോര നക്കണം.

---

1. ചുറയുക = ചുറ്റുക

പശി മാറിയ മാത്ര വാനിലേ-
ക്കതു തൻ മോന്തയുയർത്തി നോക്കിടും;
മുള ചീന്തുംപടിയോരിയിട്ടിടും.

അതു കേട്ടു തിളച്ചു തൂവുമെൻ
മനം ആകാശപഥം വിളക്കിടും
തുടുതാരാവലി രാവുനീളെയും.

### രണ്ട്

അരുതീവിധമൊന്നുമോർക്കുവാൻ
കനവിൽപ്പോലുമൊരമ്മയെന്നതേ
വിരയും[2] മാന്യത-യെന്തപക്വത!

ഇതരന്ന്, ഉരുകിത്തിളയ്ക്കുമെൻ
കരളിൽച്ചീറ്റിടുമഗ്നിപർവതം
മലടി[3]ക്കുള്ളിലെയീറ്റുനോവുതാൻ!

### മൂന്ന്

അണയത്തു[4] പുതുപ്പണം കവി-
ഞ്ഞണപൊട്ടുന്ന വിദേശിയേകനാ-
യണയെക്കണ്ണുകൾ മഞ്ഞളിക്കവേ,

മകൻ, അമ്മ, ഉടപ്പിറന്നവൾ,
തറവാടും, പിറനാടുകൂടിയും
വിപണിക്കുള്ള വെറും ചരക്കുകൾ.

മറുകാതറിയാതെയന്നു, തീ-
റെഴുതിക്കോടികൾ നേടിയേഴിരുൾ-
ക്കടൽ താണ്ടിക്കഴിവൂ ഖലൻ സുഖം.

നിയമത്തിനു നീളമില്ലപോ-
ലവനെപ്പോയ്പ്പിടികൂടുവാൻ, തിരി-
ച്ചിവിടെക്കൊണ്ടുവരാൻ, തളയ്ക്കുവാൻ;

---

2. വിരയുക = ആഗ്രഹിക്കുക

3. മലടി = മച്ചി

4. അണയത്ത് = അരികെ

വഴിപോലെ വിചാരണയ്ക്കെഴും
വഴി, വേണുംവിധി നിർണ്ണയിക്കുവാൻ
കഴിവേലുന്നൊരു നീതിപീഠവും!

മികവുറ്റ തുറുങ്കുമില്ലപോൽ
ഇവിടെത്തൻ തലയൊന്നു ചായ്ക്കുവാൻ.
മടിതൻ ചൂടു മറന്ന കശ്മലൻ.

അവനെത്തിരികേ വരുത്തണം,
നടുമുറ്റത്തു വിളക്കു വെയ്ക്കണം;
ബലിപീഠം തുടുപട്ടുമൂടണം.

ഉടവാൾമുനകൊണ്ടു, നീണ്ടൊരെൻ
തുടുനാവിൽ,ച്ചുടുചോര ചിന്തവേ,
വരയുന്നൂ വിധി: വെട്ടുകാത്തല!

(2018)

## മഴുത്തായ

ഇന്നലെ,പ്പാതിരാപ്രേതം തുടികൊട്ടിക്കാൽച്ചിലമ്പിൽ-
ച്ചിന്നിയ തീക്കനൽചീറ്റി,ക്കൊഴുത്ത ചെഞ്ചോരയിറ്റും-
തേറ്റയും നീണ്ടെഴും നാവും നീട്ടി, വാനിൽക്കളം മായ്ച്ചു
ചുറ്റിടും ചക്രവാതത്തിൽച്ചുഴലുമായിരം ദീപ്ത-
താരജാലങ്ങളെച്ചിക്കി;ച്ചുടലനൃത്തം ചവിട്ടി.
ഉറക്കം ഞെട്ടി ഞാൻ വേർത്തു കൺതുടയ്ക്കെ,ത്തുറന്നിട്ട
ജനൽപ്പാളി കിടുക്കെന്നു വിറയ്ക്കുന്നു, നിലാപ്പെയ്ത്തിൽ
പനിച്ചുതുള്ളുന്നു മുറ്റം. വാളലകിൽ വിറകൊള്ളും
ചുടുചോരച്ചീറ്റൽപോലെയോരി നീണ്ടു പരക്കുന്നു.
എൻ ജനലിൻനികടത്തിൽ വന്നുനിന്നുദ്ഗളംമോങ്ങി-
യെന്തിനെന്റെയുറക്കപ്പേക്കിനാവായ് നീ പിടയ്ക്കുന്നു?
രാവുനീളെ ഞരമ്പിൽപ്പാമ്പുകൾപോലെ നിന്റെയോരി
നാവുമിന്നൽപ്പിണർ ചിന്നിപ്പടംതല്ലിയിഴഞ്ഞല്ലോ.

അയലത്തെ വടക്കെ മുറ്റത്തു വെണ്ണീർക്കുണ്ടിലല്ലീ
മിഴികീറാക്കിടാങ്ങൾക്കു മുലയേകി,പ്പാതി ചിമ്മും-
മിഴിയിൽ നിർവൃതിയുണ്ടും, നനുപ്പിൽ നക്കിത്തുടച്ചും
മേവി നീ,യെന്നിട്ടുമെന്തേ രാവു നീളെ നിറുത്താതെ-
യീവിധം മോങ്ങുന്നി,തെന്റെയുറക്കത്തിലീർച്ചവാളായ്?
പട്ടികൾക്കൊക്കെയും നാട്ടിൽപ്പേപിടിച്ചെന്നോ? തരത്തിൽ-
ക്കിട്ടിയാൽച്ചോറിട്ടകൈയും കടിച്ചു കീറീടുമെന്നോ?
ഓരിയിട്ടുള്ളംകുളിർത്തു നിർത്തി നീ. പിന്നീ,ടുറക്കം
തീരെയറ്റു, വെളുപ്പോളം കണ്ണിറുക്കിക്കിടന്നൂ ഞാൻ.

തുടുത്ത നാവിനാൽജ്ബാലാതപം നക്കിത്തുടച്ചു കൺ-
തുറന്നൂപൂർവ്വാശ. പെട്ടെന്നെന്റെ മുറ്റത്തിടിമിന്നൽ-
പ്പിണരായിത്തുളച്ചുകേറുന്നി,തുഗ്രം തല പൊക്കി-
നിന്നു നിൻ ഓരി; ഞാൻ തല്ലിത്തകർക്കും നിൻ തലയിപ്പോ-
ളെറിഞ്ഞു, നിന്നൊടുക്കത്തെയോരിയും കേട്ടു,വന്നിട്ടൊ-
ന്നുറങ്ങുംഞാൻ, പേക്കിനാവും ഈർച്ചവാളും ചിലമ്പാതെ.

മുക്കിൽനിന്നു മഴുത്തായയെടുത്തോങ്ങിയുമ്മറത്തേ-
ക്കെത്തവേ, ദീനദീനം നീണ്ടിഴഞ്ഞോരിയിടുന്നൂ നീ.
വാലുതറ്റു പാടുപെട്ടോടുന്നു, പേടിച്ചിടയ്ക്കെന്റെ-
നേരെ,യെന്തേ, കണ്ണുകീറാക്കുഞ്ഞിനുനേർക്കെന്നപോലെ,
തല തെല്ലുതിരിച്ചുനോക്കുന്നു, പാൽ വിങ്ങും മുലകൾ
വലത്തോട്ടും ഇടത്തോട്ടും ആടിയാടിത്തുളുമ്പുന്നു...

കണ്ണിലെന്നമ്മ! നെഞ്ചത്തു മഴുത്തായ തിറമ്പുന്നു...

(2019)

## വിശന്ന അമ്മ

(പുറത്തുകടക്കാൻ പഴുതില്ലാതെ ചോരഞരമ്പിൽ തിളയ്ക്കുന്ന കൊടുംതീയാണ്, വിശപ്പ്. പുല്ലിനും മരത്തിനും മൃഗത്തിനും പറവയ്ക്കും ഭൂമുഖത്താകെയുള്ള മാനവരാശിക്കും വിശപ്പൊരുപോലെയാണ്.)

എന്റെ വിശന്നു പൊരിഞ്ഞു കരിഞ്ഞുയി-
രറ്റൊരു കുഗ്രാമത്തെ വെടിഞ്ഞു നടന്നു തുടങ്ങീ-
ട്ടിന്നേക്കേഴുദിനങ്ങൾ കൊഴിഞ്ഞൂ
കൂടെ,ത്തോളിൽ മയങ്ങും കൈക്കു,-
ഞ്ഞിടവും വലവും പശിയിൽ ഉരഞ്ഞൊരുടുപ്പിൻ-
കോന്തലയിന്മേൽത്തൂങ്ങിടുമിരുപേർ, മൂത്തവർ.
പകലുകൾ നീണ്ടു തിളച്ചവയേഴു കഴിഞ്ഞൂ;
വരളും രാവുകൾ വീണു തളർന്നു മയങ്ങീ,
ഒരു പുൽത്തുമ്പിൻ കരിനിഴൽപോലുമെഴാത്ത
വിശപ്പെരിയുന്ന, കരിഞ്ഞ മരം, കനൽ നീറും കല്ലുകളും
നിറയുന്ന പറമ്പുകളൂടെയിഴഞ്ഞൂ ഞങ്ങൾ.

ഒരു കവിൾ വെള്ളവുമൊരു പിടിയന്നവു-
മകലത്തെങ്ങാണെന്നറിയാത്ത വിദൂരത്ത്
ഒരു സത്രത്തിലൊരുക്കിയിരിപ്പൂപോലും.

ഇനി ഞങ്ങൾക്കായ്സ്സൂക്ഷിപ്പതു വെറു-
മിരുവായൊട്ടുനനയ്ക്കാൻമാത്രം മതി...
എന്നിടവും വലവും പൊരിയു-
മുടുപ്പിൻ തുമ്പിൽത്തൂങ്ങി നടന്നവർ
ഇടറിക്കാലു പിണഞ്ഞു പടിഞ്ഞു കഴിഞ്ഞൂ
അവര,ക്കരിയും പൊന്തയ്ക്കപ്പുറമങ്ങു...

ആറാംനാളിലു,മിരുളു പുതപ്പിച്ചു കിടത്തെ,-
യവർക്കു കൊറിക്കാൻ ഉരുളൻകല്ലുകൊടുക്കെ,-
പ്പതിവിൻപടിയോതീ: നാളെപ്പുലരിയിൽ
ആക്കല്ലു കണക്കെ,യുരത്ത കരുത്തോടുണരും.
അവരതു നേരെന്നോർത്താർ... അഞ്ചും
മൂന്നും തികയാത്തവർ...! ഉരുളൻകല്ലു ചവച്ചേ
മണ്ണിൽ മയങ്ങീ, പിന്നെയുണർന്നീലല്ലോ...

ഇലകൾ കൊഴിഞ്ഞൊരു കുറ്റിപ്പൊന്തയ്ക്കപ്പുറം...

എങ്ങനെ ഞാൻ മൂന്നുംകൂടിയെടുക്കും...

പത്തടി വെക്കുംമുമ്പു തിരിഞ്ഞു തിരിഞ്ഞേ നോക്കെ
ഒരുകൈയിളകുകയോ... വിടചൊല്ലുകയോ... വീണ്ടും തിരിയെ,
കുറ്റിപ്പൊന്തയിലിരുമിഴി... കത്തുന്ന വിശപ്പ്...! ഒരു ചെന്നായ്...
പിന്നെ.ക്കരളു തുളയ്ക്കുമൊരോരി... വിളിക്കുകയാവും
തന്റെ വിശന്നു തളർന്നു കിടക്കും കുഞ്ഞിനെ...
കുടൽ കടയുന്ന വിശപ്പിലും ഒരമ്മ അതൊന്നേ ചെയ്യൂ...!
അറിവേൻ നിന്റെ വിശപ്പും; പത്രക്കാരാ, കഥമെനയാം, പടവും...
തോളത്തു വിരൽത്തുമ്പീമ്പി മയങ്ങും കുഞ്ഞിക്കൺകളുമാകാം...
എൻ പേരോ? ശരി. നീ, അമ്മേ എന്നു വിളിച്ചോളുക
അല്ലെങ്കിൽ വിശപ്പ്! അതു പോരെങ്കിൽ, 'യെമ'നെന്നാം,
'സോമാലിയ', അല്ലെങ്കിൽ 'അമേരിക്ക'യും 'ഇന്ത്യ'യുമാകാം...

(2019)

---

* 2019 ഫെബ്രുവരി 21-ന്, ലോകമാതൃഭാഷാദിനത്തോടനുബന്ധിച്ച് കേന്ദ്ര സാഹിത്യ അക്കാദമി, ദൽഹിയിൽ വെച്ച് നടത്തിയ ദേശീയ കവിസമ്മേളനത്തിൽ, മലയാളത്തെ പ്രതിനിധാനം ചെയ്ത് അവതരിപ്പിച്ച കവിത.

## പാതി വെന്ത ശവം

ഇന്ത്യതൻ ചത്ത ശവമല്ലോ
ഗംഗയിൽ പൊങ്ങിയൊഴുകുന്നു.
കത്തിയടങ്ങുന്നതിൻമുമ്പേ
പൊക്കിയൊഴുക്കിലെറിഞ്ഞത്രെ.
എരിയുന്ന ചിതയിലിടം തേടി
വരിവരിനിൽക്കുന്നുണ്ടത്രെ.
അർപ്പണം ഗംഗയിലാവുമ്പോൾ
സ്വർഗകവാടം തുറക്കുന്നൂ!

പാതിയും വെന്ത മുലയിന്മേൽ
കൂർനഖമാഴ്ത്തിയിരിക്കുന്നു
നഗ്നത കൊത്തി വലിക്കുന്നു
കൊക്കു വളഞ്ഞ കഴുകന്മാർ.

മാറോളം മുങ്ങിയിറങ്ങിച്ചെ-
ന്നോരിയിടുന്നൊരു ചെന്നായ.
ദൂരത്തുനിന്നതിൻ താളത്തിൽ
ചോര തുടിക്കുന്ന കല്ലിന്മേൽ
കല്ലുളി കൊത്തും തിടുക്കങ്ങൾ;
ചില്ലു തെറിക്കും നടുക്കങ്ങൾ!

അക്കരെയെങ്ങോ പെരുക്കത്തിൽ
പൊക്കുന്നൊരാലയമുണ്ടത്രെ;
ആയിരം യോജന വിസ്താരം
ആയതിനുണ്ടെന്നും കേൾക്കുന്നു.

അതിനകം ശ്രീലകമുണ്ടത്രെ;
അതിനുള്ളിൽക്കൂരിരുട്ടാണത്രെ;
കാലപ്രതിഷ്ഠയ്ക്കു താളത്തിൽ
കോലം കൊത്തുകയാണത്രെ;
കൊത്തിക്കഴിഞ്ഞാലുടൻതന്നെ
കൊത്തുമാ കൈയുമെന്നുണ്ടത്രെ!
മറ്റൊരു കോലമിമ്മട്ടത്തിൽ
കൊത്തരുതെന്നേ വിധിയത്രെ!

പൊങ്ങും ശവം ചെറയാകുന്നു,
ഗംഗയൊഴുക്കറ്റഴുകുന്നൂ...
എവിടെയിശ്ശവമൊന്നളിയാതെ
നട തുറക്കുംവരെസ്സൂക്ഷിക്കും?

(2021)

## ഒറ്റമുലച്ചി

('കോവിഡ്-19' എന്ന ആഗോളമഹാമാരിയുടെ
ചുടലനൃത്തം ഓർക്കുക)

ഇടംകൈയിലെടുക്കുന്നൂ
ഭൂഗോളം കോഴി മുട്ടപോൽ
ഞെരിച്ചുടയ്ക്കുന്നു മർത്ത്യ-
കുലത്തിൻ പ്രാണസങ്കടം.

വിരലിന്നിടയിൽക്കൂടി
മഞ്ഞക്കരു കണക്കിനെ
ഇഴുകിച്ചേർന്നൊലിക്കുന്നൂ
നിട്ടുന്നൂ തുടുനാക്കവൾ.

നീളും നാത്തുമ്പിൽനിന്നഗ്നി-
നാളം നീണ്ടിഴയുന്നപോൽ
ഇറ്റുവീണെരിയുന്നൂ തൻ
മാറത്തൊറ്റമുലയ്ക്കുമേൽ.

വലംകൈയാൽത്തുടയ്ക്കുന്നൂ
നക്കുന്നൂ കൂർത്ത കൺകളിൽ
കൽപാന്ധകാരം കത്തുന്ന
കാള കാല കരാളിക.

മേക്കും കിഴക്കുമൊന്നായി
നരവർഗ്ഗം ചതഞ്ഞര-
ഞ്ഞൊരു മിന്നൽപ്പൊരിക്കൊപ്പം
ഞെരങ്ങിപ്പൊലിയുന്നുവോ?

പ്രാചീമുഖത്തു ചിന്നുന്നൂ
ചോര കെന്തിക്കരഞ്ഞുവോ
കാലം? കൈകാൽ കുടഞ്ഞൊറ്റ
ക്കണ്ണീർക്കണമുദിക്കുമോ?

### രണ്ട്

തലയിൽ,പ്പുതുമണ്ണിൽ
ച്ചുട്ടെടുത്തൊരു പെരും-
കലം; ആയതിലാകാ-
ശം വരെക്കത്തിജ്ജ്വലി-
ച്ചാളിടും പെരുംപന്തം.
നെറ്റിയിലൊറ്റക്കണ്ണിൽ-
ക്കാളിമ തുപ്പും സർപ്പം;
നൂറുനൂറിരുൾത്താര-
ത്തലയോടുകൾ കോർത്ത
മാല, മാറിലെയൊറ്റ-
മുലതന്നിരുപക്കിൽ;
ആറു കൈകളിൽ ചക്രം,
ശതഘ്നി, കടുത്തില,
വാൾ, ഇടം വലം ചീറ്റി
ച്ചുഴറ്റും അണുമാരി;
രണ്ടു സൂര്യന്മാർ കാൽച്ചി-
ലമ്പുകൾ; മഹാകല്പ-
താണ്ഡവം; പെരുമ്പറ-
താക്കുക; കാതോർക്കുക.

അയുതം ശവം അട്ടി-
യട്ടിയായ്ക്കിടത്തി,ക്കാർ
മുകിലാൽ മൂടും ചിത.
കലത്തിൽനിന്നും പന്തം
പറിച്ചു ചിതയ്ക്കു തീ
കൊളുത്താൻ പത തുപ്പി
ആർത്തലച്ചെത്തും കടൽ.

മസ്തകം പൊക്കി,ക്കൊമ്പു-
യർത്തി, വായുവിൽ അഷ്ട-
ദിഗ്ഗജങ്ങളും തുമ്പി-
തല്ലവേ, ചിന്നം വിളി-
ച്ചലറി,ച്ചിത ഇടം-
വെക്കവേ, പൊട്ടിത്തൂങ്ങി
ഇളതൻ വക്കിൽക്കൂച്ചു-
ചങ്ങലയുരസവേ.

മുന്നിൽ,ത്തൻ കരൾ പറി-
ച്ചുർവിയിൽപ്പൊതിഞ്ഞേന്തി
തൻ ഇളംകരപുട-
മുയർത്തും പിറപൈതൽ!

(2020)

## മഹാലക്ഷ്മി

തിരുവോണമാ;ണിന്നും
അടുപ്പുതുകയെന്ന
ദുരിതം പെണ്ണാൾ പേറെ-
ന്നുള്ളതാമയംതന്നെ.
ഇത്തരമാഘോഷങ്ങ-
ളടുത്താൽ മഹാബലി-
യൊത്ത,ണിഞ്ഞെത്തും "മഹാ-
ലക്ഷ്മി"തൻ മടപ്പള്ളി.[1]
വിഭവങ്ങളളെന്തെല്ലാ-
മൊരുക്കീടണമെന്ന
വിവരം യഥാകാല-
മറിയിക്കയേവേണ്ടൂ.
മുൻകൂറായൊരു ചെക്കും
മേശമേലെത്തും കൃത്യം.
കെങ്കേമമോണം, കുല-
കന്യമാരർ വിളമ്പാനും.
കിളിനാക്കില, ചുക്കു-
വെള്ളവും 'ലക്ഷ്മീവൈപ്പും';[2]
ഇരുപേർക്കൊരു സെറ്റെ-
ന്നാണ് ഞങ്ങടെ രീതി.

---

1. മടപ്പള്ളി = മഹാരാജാവിന് ഭക്ഷണം പാകം ചെയ്യുന്ന അടുക്കള.

2. ലക്ഷ്മീവൈപ്പ് = 'മഹാലക്ഷ്മി'യുടെ സ്വന്തം ബ്രാൻഡ് ഹാൻഡ് വൈപ്പ്. ('ലക്ഷ്മി'യെത്തന്നെ തുടച്ചു നീക്കിക്കളയും!)

ആയിരത്തഞ്ഞൂറ്റമ്പ-
        ത്തഞ്ചിനൊരില; ഡിസ്കൗ-
ണ്ടേകുമമ്പതുശത-
        മാനവും സർവ്വീസ്ചാർജിൽ.
അഞ്ചു സെറ്റൊന്നിച്ചോർഡർ
        ചെയ്യുമ്പോൾ ഫ്രീയായ് ഇല-
യുണ്ടൊന്നും, ഓണത്തല്ലിൻ-
        വീഡിയോക്ലിപ്പുംകൂടി!

* * *

പ്രായമേറിടുമച്ഛ-
        നമ്മയും മാത്രം വാഴും
വീടു വേവുന്നു വിദേ-
        ശത്തെ മക്കളിലൂടെ!
ചാരത്തെ ത്രീസ്റ്റാർ ഹോട്ട-
        ലൊരുക്കി വീടെത്തുന്നു
മേശമേലോണം; വാല-
        ടുപ്പി'[3]ലെക്കണ്ണീർപ്പാട്ടും.

(2023)

3. വാലടുപ്പ് = ഗ്യാസും സ്റ്റൗവും കുടിയേറി പട്ടയം വാങ്ങുംമുമ്പ്, നമ്മുടെ നാട്ടിൻപുറങ്ങളിലെ വീടുകളിൽ വിറകും അടുപ്പും ഉണ്ടായിരുന്നു. ഉറങ്ങും മുമ്പ്, വാലടുപ്പിൽ ഉമിയിട്ട്, വീട്ടിൽ തീ കെടാതെ സൂക്ഷിക്കുമായിരുന്നു, അമ്മ. അടുപ്പ് കണ്ടിട്ടില്ലാത്ത ഇളംതലമുറയ്ക്ക് വാലടുപ്പിലെ തീയിന്റെ എരിവ് അറിയില്ല.

## തിളയ്ക്കുന്ന ഗംഗ

(മാക്കിയവെല്ലി പടിഞ്ഞാറൻ രാഷ്ട്രതന്ത്രവിജ്ഞാപകൻ. ഇങ്ങ് കിഴക്ക് ചാണക്യനും. അധികാരത്തിലേക്ക് എങ്ങനെ അടിവെച്ചെത്തണം, കൈയടക്കിക്കഴിഞ്ഞ അധികാരം എങ്ങനെ നിലനിർത്തണം എന്നതാണ്, ദേശഭേദമില്ലാതെ ഏത് രാഷ്ട്ര തന്ത്രത്തിലേയും കാതൽ. ആധുനിക രാഷ്ട്രതന്ത്രവിജ്ഞാ പകന്റെ ഭാഷയിൽ ഒരു കവിത.)

ചക്രവർത്തിത്തിരുമേനിതൻ നീടുറ്റ
തൃക്കരം ചുറ്റിപ്പിടിച്ചുകൊൾകെ,
കവിയും കുതിരക്കുളമ്പടിയോടൊത്തു
കവികം[1] മുറുകി,പ്പൊരി ചിതറും;
ഭരണചക്രം കരിങ്കല്ലണിവീഥിയിൽ
ഉരുളും, അരയുമരക്കരെല്ലാം.
ആസമുദ്രക്ഷിതിനാഥസുധർമ്മ[2]തൻ
രാജപഥത്തിന്നിരുപുറവും
കാർക്കരിമയ്യണിനീൾക്കൺകൾ ജന്നലിൽ
പാർക്കുന്ന വൈജയന്ത[3]ങ്ങൾ നീളെ.
ചത്വരം തോറും നരേശസങ്കീർത്തന-
പത്രങ്ങൾ! രാജസശാസപൂരം!
ആസന്ന[4]മിന്ദ്രോത്സവം വിണ്ണിൽ നിൻ ഏക-
ശാസനത്തിന്നഷ്ടബന്ധമാക!

---

1. കവികം = കടിഞ്ഞാൺ
2. സുധർമ്മ = ഇന്ദ്രസഭ
3. വൈജയന്തം = ഇന്ദ്രന്റെ മാളിക
4. ആസന്നം = അടുത്ത (അസ്തമിക്കാറായ എന്നും)

### രണ്ട്

അന്തിക്കു 'നാരായണായ നമഃ' യെന്നു
കൊഞ്ചിജ്ജപിച്ച കിശോര[5]നിന്നും
കുന്നിൽ, ത്രിശൂലതുംഗാഗ്രത്തിൽ,ക്കാർമുകിൽ-
മിന്നലിൽദ്ദീനം തിരിഞ്ഞിടുന്നു.
കാണുന്ന കാണുന്ന കൺകളിൽനിന്നുതിർ-
ന്നാളുന്നു കത്തിത്തിളച്ച ഭൂമി.

### മൂന്ന്

മിഴികൾ വെൺകൊറ്റക്കുടയിലുറപ്പിച്ചു
മുകളിലേക്കോരോന്നടികൾ വെക്കെ,
ഉറ്റവർ, കൂടപ്പിറകൾ, അയലാളർ,
പെറ്റ വയറും പടികൾ മാത്രം.
പൊള്ളവാക്കത്രേ മനഃസാക്ഷി, ഭീരുവി-
ന്നുള്ളൊരന്ത്യാഭയസ്ഥാനമത്രേ.
ഛത്രം വിടർത്തും തണലിൽ ധർമ്മാധർമ്മ-
മത്രയും തന്നുടവാൾത്തലപ്പിൽ.

### നാല്

ഗംഗയിൽത്തിണ്ടുതകർത്തൊഴുകും തിള-
ച്ചെന്നിണം; നീ നിൻ കടവണഞ്ഞാൽ
കുത്തൊഴുക്കിൽത്തുഴ ചാണ്ടുക; തോണിതൻ
കെട്ടുകയറുമറുത്തുകൊൾക.
കടലലക്കോളിൽത്തകർന്ന,തു കണ്ണെത്താ-
ക്കരയിൽ നമ്പോ[6]ടൊത്തടിഞ്ഞുപോക.
അക്കരെത്തോണിക്കു കാപ്പവരൊത്തുചേർ-
ന്നൊച്ചവെച്ചാർത്തു വിളിച്ചു കൂവാം;
സോദരശോണിതമാരക്കുടിച്ചത്രേ
നീ തുഴഞ്ഞെത്തിയതെന്നു കൂറാം.

---

1. പ്രഹ്ലാദന്റെ കഥ ഓർക്കുക. (തനിക്ക് വാഴ്ത്തുപാട്ടുപാടാത്ത യുവതലമുറയെ പീഡിപ്പിക്കുന്ന അധികാരഗർവിന്റെ പ്രതീകമാകുന്നു ഹിരണ്യകശിപു.)

6. നമ്പ് = തുഴ

ഒറ്റിക്കൊടുത്തു നീ, നിഷ്ക്കണ്ടകൻ, നിന്റെ
പെറ്റമ്മയെക്കൂടിയെന്നുമാവാം.
തുടുവിരൽത്തുമ്പിൽനിന്നിറ്റും ചുടുനിണ-
മിഴുകുന്നു നിൻ പ്രകോഷ്ഠം[7]ത്തിലെന്നാം.
പകൽവെളിച്ചത്തിൽത്തുടുത്തും, അമാവാസി-
യിരുളിൽക്കറുത്തുമാണാപ്രകോഷ്ഠം.[8]
ഇരുകര കുത്തിത്തകർക്കുമാഴത്തിലേ-
യ്ക്കുരുവിറക്കില്ല പേടിക്കുടലർ.

## അഞ്ച്

നാക്കിനെല്ലില്ലാതുരയ്ക്കും, വിലങ്ങാത്ത
വാക്കുകൾ, വായ്ക്കകത്തീ വരത്തർ.
പുഴ കടന്നക്കരെയെത്തുവാനേതൊരു
പഴുതുമടഞ്ഞെന്നു മുറുമുറുക്കാം.
കടവത്തണഞ്ഞു രാജ്യദ്രോഹിവർഗങ്ങ-
ളവിരതം നീട്ടിക്കുരച്ചിടട്ടെ.
ആയിരം മൺകുടം വായ്ക്കെട്ടിടാം, വിടു-
വായൊന്നടയ്ക്കാനെളുതുപോരാ.
ഒന്നിച്ചിരച്ചണയാതിരിക്കാൻവേണ്ട
മുന്നൊരുക്കങ്ങളെടുത്തുകൊൾക.
ഗംഗ തുടുത്തും തിളച്ചും തടംതകർ-
ത്തെന്നുമൊഴുകണമെന്നു ഞായം.

(2023)

7. പ്രകോഷ്ഠം = കൈത്തണ്ട്.

8. പച്ചപ്പുല്ലിൽ പതിയിരിക്കുന്ന ഓന്തിന് പച്ചനിറം.

www.ingramcontent.com/pod-product-compliance
Lightning Source LLC
LaVergne TN
LVHW090326051026
849518LV00005B/1900